பருந்து

# பருந்து

அமுதா ஆர்த்தி

எதிர் வெளியீடு

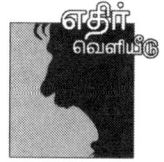

பருந்து
அமுதா ஆர்த்தி

முதல் பதிப்பு: ஜனவரி 2023

எதிர் வெளியீடு
96, நியூ ஸ்கீம் ரோடு, பொள்ளாச்சி - 642 002
தொலைபேசி: 04259 226012, 99425 11302

**விலை: ரூ. 200**

Parundhu
Amutha Aarthi

Copyright © Amutha Aarthi
First Edition: January 2023

Published by
Ethir Veliyeedu, 96, New Scheme Road, Pollachi - 2
email: ethirveliyedu@gmail.com
www.ethirveliyeedu.com

ISBN: 978-93-90811-35-9
Cover Design: Vijayan
Printed at Jothy Enterprises, Chennai.

All rights reserved. No part of this book may be reprinted or reproduced or utilised in any form or by any electronic, mechanical or other means, now known or hereafter invented, including Photocopying and recording, or in any information storage or retrieval system, without permission in writing from the Publisher.

## உள்ளடக்கம்

*என்னுரை ..... 07*

1. அடையாளம் அற்றவனின் ஆடை ..... 09
2. அவளது உடைமரக்காடும் வெட்டுக்கத்தியும் ..... 17
3. ஆம்பக்காய் ..... 27
4. இரவை வெளிச்சமிடும் வானம் ..... 43
5. கடல் கரம் பற்றிய தடம் ..... 55
6. கரிச்சான் ..... 67
7. பருந்து ..... 79
8. செல்வி ..... 87
9. சைக்கிள் சவுட்டு ..... 95
10. நெகிழிக் கனவு ..... 107
11. பெரிய ஆடு ..... 119
12. மொட்ட வாலு ..... 127
13. ரயில் பூச்சி ..... 137
14. வெற்றுடல் குளம் ..... 145

# என்னுரை

பசி மறக்க பாட்டி கதைகளைச் சொல்லித் தந்தாள். அந்தக் கதைகளில் வாழத் துவங்கினேன். தூரமாக நின்று கதைகளைப் பார்த்தலுக்கும் அருகில் நின்று வாழ்தலுக்கும் நிறைய வேறுபாடுகள் உண்டு. மற்றவர்களிடம் முடிவற்ற கதைகளைச் சொல்லிக் கடந்து விடுவதுண்டு. புதுமைப்பித்தனின் சிறுகதைகளைப் படித்துவிட்டுப் பன்னிரெண்டாம் வகுப்பு முழுத்தேர்வு எழுதப் போன நாளை எண்ணிப்பார்க்கிறேன். எழுதும் ஆர்வம் இருந்தப் போதிலும், பலவருடங்கள் கதை எழுதிக் கசக்கிய காகிதங்கள் கூட யார் கண்ணிலும் பட்டு விடக்கூடாது என்று தண்ணீரில் முக்கி எறிந்த நாட்களும் உண்டு.

இத்தொகுப்பில் உள்ள ஒவ்வொரு கதைக்குள்ளும் நான் வாழ்ந்த கதையும், என்னைச் சுற்றி வாழ்பவர்களின் கதைகளுமே நிறைந்திருக்கிறது. எழுதி முடித்ததும் அதில் கிடைக்கும் இலகுவான மிதத்தல் எனக்குள் ஆகப்பெரும் விடுதலை. அவ்விடுதலையின் மொத்த உருவமே இலக்கியத்தில் என் முதல் பயணமான இந்தச் சிறுகதைத் தொகுப்பு.

எனக்குள் இருக்கும் கதைகளைக் கண்டுபிடித்து எழுதத் தூண்டினார் கவிஞர் ரோஸ் ஆன்றா. அதன் மூலம் ஆழ்மனம் எதை விரும்பியதோ அந்தப் பாதைக்கு வந்தடைந்தேன். அதற்கான வழிகாட்டியாக இருந்த அவருக்கு என் முதல் நன்றி. நான் எழுதிய 'ஆம்பக்காய்' எனும் முதல் சிறுகதையைப் படித்து விட்டு எந்த மறுப்பும் தெரிவிக்காமல் அம்ருதா இதழில் பிரசுரமாக வழிகாட்டி, தொடர்ந்து எழுதுங்கள் என உற்சாகமூட்டிய கவிஞர் லக்ஷ்மி மணிவண்ணன் அவர்களுக்கு நன்றி. எனது சிறுகதைகளை பிரசுரமாக்கிய இதழ்கள் மற்றும் இணைய இதழ்கள் என அனைத்துக்கும் நன்றிகள்.

ஒவ்வொரு கதைகளையும் படித்து அதன் நிறைகுறைகளைச் சொல்லும் கவிஞரும் எழுத்தாளருமான தோழி லாவண்யா சுந்தரராஜன் அவர்களுக்கும் பிரதீபா ஜெயசந்திரன் அவர்களுக்கும்

என் நன்றி. நிறைய நல்ல புத்தகங்களை படிக்கக் கொடுத்த எழுத்தாளர் ராம் தங்கத்திற்கு நன்றி. எழுதி முடித்தவுடன் கதைகளைப் படித்து கதையின் போக்கில் நின்று உணர்வு ரீதியாக அதைப் பேசும் எனது மகள் ஆர்த்திக்கு என் அன்பின் முத்தங்கள். கதைகள் எழுதத் தொடங்கிய காலத்தில் அவற்றைக் குறித்து நீண்ட உரையாடலோடு என்னை ஊக்கப்படுத்திய கவிஞர் கைலாஷ் சிவன் மற்றும் சகோதரர் மறைந்த இயக்குநர் ஐய்யப்பன் அவர்களை இந்த நேரம் நினைத்துக் கொள்கிறேன்.

கதைகள் தொகுக்கப்பட்டு எப்போது புத்தகமாகும் என்று நினைக்காத பொழுதில், கதைகளை வாசித்து இதை எதிர் வெளியீடு மூலம் புத்தகமாகக் கொண்டு வரலாம் என நம்பிக்கையூட்டும் சொற்களைக் கொடுத்த எழுத்தாளரும் மொழிபெயர்ப்பாளருமான கார்த்திகைப் பாண்டியன் அவர்களுக்கும், கதைகளைப் பதிப்பிக்கும் திரு. அனுஷ் அவர்களுக்கும், எதிர் வெளியீடுக்கும் என் பேரன்பின் நன்றி.

*27-06-2022*
*வில்லுக்குறி*

**அமுதா ஆர்த்தி**
*amuthaarthi7870@gmail.com*

# அடையாளம் அற்றவனின் ஆடை

பைக்குள் என்னதான் வைத்திருக்கின்றான் அப்படி? என்று, அவன் செயல்கள் என்னை உற்றுநோக்க வைத்தன. எதையுமே பற்றிக் கொள்ளாமல் அழுக்கடைந்த பையொன்றில் அடிக்கடி கைகளை விட்டுத் துளாவுகிறான். வார்த்தைகளை மறந்துவிட்ட மனிதனாகத் தோன்றினான்.

நூறுமில்லி கொள்ளளவு சில்வர் டம்ளரைத்தான், பைக்குள் இருக்கிறதாவென வெளியில் எடுப்பதும் பின் பைக்குள் பத்திரப்படுத்துவதுமாக இருந்தான்.

அவன் வைத்திருக்கும் சில்வர் டம்ளர், நான் அலுவலகத்தில் டீ வாங்க வைத்திருப்பதைப் போலவே இருந்தது. என்னுடைய டம்ளருக்குச் சில அடையாளங்கள் உள்ளன. டம்ளரின் விளிம்பில் சின்னக் கீறலும், டீக்கும் பழக்கப்பட்டிருந்தது.

பேருந்து நிழற்குடை சுத்தமாகப் பெருக்கப் பட்டிருந்தது. வங்கிக்குச் செல்வதற்காக அங்கே காத்துநின்ற என்னிடம், அதை அவன்தான் செய்ததாக அருகில் நின்ற பெரியவர் சொன்னார். அவனைப் பார்ப்பதற்கு, இரண்டு மாதங்களுக்குமுன் காணாமல்போன பெரியம்மா பையனைப்போல்

இருந்ததால், இரண்டொரு தடவைகூட உற்றுப் பார்த்தேன். களையான சிரித்த முகம், நடுத்தரமான உயரம், வெட்டப்படாத தலைமுடி. எந்த நிறம் என்றே கண்டுபிடிக்கமுடியாத ஆடை. அடையாளம் அற்றவனின் ஆடை, நிறங்களற்றது.

குழாய்க்குள் அடைபடாத நீர், வானத்தில் அடைபட்டதை அண்ணாந்து பார்த்துச் சிரித்து வெற்றுக் கைகளை ஏந்திக் கொள்கிறான். வானின் ஒருதுளி நீருக்காக வேட்கை கொண்டவனைப்போல் மேகத்தையே நோக்கினான். வண்டிகளின் இரைச்சல் அவனுக்கு ஒரு பொருட்டேயில்லை. பஸ் நிறுத்தத்தின் அருகிலேயே உயர்ந்து நின்ற குருசடி. வாடிய மலர்கள் சூடி தலைசாய்ந்து கிடக்கும் தேவமகனை ஒருபுறம் நோக்கிய அவன் கண்கள். அருகிலேயே இருக்கும் குழாயை கவனித்தவனாக தட்டித் தட்டி, நீர் இருக்கிறதாவென வெறித்துப் பார்க்கின்றான். சுறுசுறுப்பு வந்தவனாக பைக்குள் இருக்கும் டம்ளரை எடுத்தான். அழுக்கேறிய ஆடையின் நுனிகொண்டு துடைத்தபடி, குழாயின் தலையில் ஓங்கி அடித்தும் மேலும்கீழும் அசைக்கிறான். ஒரு சொட்டு நீரும் வரவில்லை. சிலநேரங்களில், கேட்பாரற்று சிறிய ஓடைபோல் ரோட்டில் பாய்ந்துகொண்டேபோகும் குழாய்நீர். அருகிலுள்ள கடைகளில் நீர் கேட்டால் கொடுத்துவிடுவார்கள். கேட்க மனமற்றவனாக வானத்தையே நோக்குகின்றான். மேகக் கூட்டங்கள் நகர்ந்தபடி இருந்தன. சற்றுநேரத்தில் மழை தூறல் போட்டு வலுப்பெற்றது.

எதையோ ரசித்துச் சிரிப்பவனாக, சில்வர் டம்ளரை ஒருமுறைகூட துடைத்து கொட்டும் மழை நீரில் காட்டி நிரப்பிக் கொண்டான். தாகம் அடங்க ஏந்தி, ஏந்திக் குடிக்கின்றான். நீரின் ருசியை அவன் உணர்ந்திருந்தான். மறுபடியும் மழையின் சுவடே இல்லாமல் டம்ளரைத் துடைக்கின்றான்.

மழை மெதுவாகத் தூறிக் கொண்டிருக்கும்போதே பஸ் வந்தது. இருக்கை கிடைத்ததும் அவனைப்பற்றிய எண்ணம் இல்லாமல் வெறுமனே புறக்காட்சிகளை நோக்கியபடி இருந்தேன். பஸ் பயணத்தின்போதே மீண்டும் மழை வலுத்தது. அவனுக்குத் தாகம் எடுத்திருக்குமோ, ஒரு பொக்கிஷத்தைப்போல சில்வர் டம்ளரை அவன் பாதுகாத்தது, அடிக்கடி அது இருக்கிறதா என கையை விட்டுப் பைக்குள் துழாவினான். ஒருவேளை, அது காணாமல் போய்விட்டால் என்ன செய்வான்? மழையைப் பிடித்து எப்படி

வயிற்றுக்குள் நிரப்புவான். அவன், நீருக்காக வேட்கைகொண்டு அலையும் கடல். வீதிவழியே சென்றுகொண்டிருந்தான் ஒரு அரசனைப்போல. அதனால்தான் வீணாக வழித்தடங்களை அளந்து அளந்து நடக்கிறான். அரசன் ஆவது எப்படி ஒரு மாபெரும் காவியமோ, அதுபோன்ற ஒரு காவியம், பிச்சைக்காரன் ஆவதும்.

அவன் இருக்கும் இடத்திலிருந்து சற்றுத் தொலைவிலேயே வேலை பார்க்கும் அலுவலகம் இருப்பதால் வெளியில் வரும்போதெல்லாம் அவனைப் பார்க்க நேரிடுகிறது.

நிழற்குடையை ஒட்டிய இடைவெளியில் உட்கார்ந்து கொள்வான். அமர்ந்திருக்கும் இடத்தின் பின்பக்கச் சுவரும் இரண்டு பக்கங்களிலும் சாலையோர சிறிய மரமும் இருந்தன. அம்மரத்தில் உருண்டையாக சிறிய சிவப்புநிறப் பழங்களைக் கொத்தித் தின்னவரும் குருவிகளை வேடிக்கை பார்த்தவண்ணம் இருப்பான். அது, அவனுக்காகவே ஒதுக்கப்பட்ட இடம்மாதிரியே இருந்தது. சாலையில் ஆங்காங்கே கிடக்கும் காகிதங்கள், பாலித்தீன் பைகள் இவற்றைச் சேகரித்து சிறிய கோணிப்பையில் திணித்து, தனது இருப்பிடத்தைச் சுற்றி அடுக்கிவைக்க ஆரம்பித்திருந்தான்.

டம்ளர் அவனுக்கான உடைமையும்கூட. அதில் மழைநீரை மட்டுமே சேகரிக்கின்றான். என்னுடைய டம்ளரை டீக்கடையில் வைத்துவிட்டு வந்தேன். சிறிது நேரத்திற்குப் பிறகு கடைக்காரர் டீ கொண்டுவந்து கொடுத்தார்.

அங்குள்ள சாலையோர கடைக்காரர்களுக்கு நன்கு பரிச்சய மானவனாக ஆகிப்போனான். காகிதங்களைக் கேட்டுவாங்கிப் பெற்றுக்கொள்கிறான். சிலநேரங்களில் மட்டும் அவனுக்கு எழுதும் பேனாக்கள் கிடைக்கின்றன. பெரும்பாலும் மை தீர்ந்த பேனாக்களே கிடைக்கின்றன. இருந்தும் காகிதத்தோடு எழுதாத பேனாக்களும் பேசுகின்றன. காகிதத்தைச் சுருட்டி கோணிப்பைக்குள் திணிக்கின்றான். அவனுக்குப் பெயர்கள் விதவிதமாக வைத்து அழைக்க, அவனோ பெயர்களுக்குக் காது இல்லை என்பது போன்று நடந்துகொள்கிறான். தனக்கான அரண்மனையை காகிதங்களால் கட்டத் துவங்கியிருந்தான். காகிதங்களோடு தீராக்காதல் கொண்டவனைப்போல காற்றோடு பறந்து திரியும் காகிதங்களை, குழந்தை பட்டாம்பூச்சி

பிடிப்பதுபோல் பிடிக்கின்றான். பிடி கிடைக்கும் காகிதங்கள் அவன் கைகளுக்குள் படபடத்து அடங்குகின்றன.

சில ஹோட்டல்களின் முன்னால் போய் நின்று கைகளை பின்னுக்குக் கட்டியபடி உள்ளிருந்து சாப்பிடுகிறவர்களைப் பார்த்துச் சிரித்தவண்ணம் நகர்ந்துவிடுகிறான். உணவை யாராவது கையில் கொடுத்தால் மட்டுமே வாங்கிக் கொள்கிறான். ஒவ்வொரு நாளும் உணவின் வாசனையைச் சாப்பிட்டவனாக இருந்தான்.

அன்றும் அப்படித்தான் அவசரமாக வந்துகொண்டிருந்தேன். இறக்கமான ரோட்டின் ஓரத்தில் தண்ணீர்க் குழாய் அருகில் அவனைப் பார்த்தேன். ஒருவேளை, மழையை அழைப்பானோ. கொஞ்சநேரத்திற்கு முன்னால்தான் தண்ணீர் வந்து நின்றிருக்கிறது. குழாயைச் சுற்றி ஈரமாக இருந்தது. தேங்கி நின்ற நீரில் காக்கையொன்று தலையை முக்கிமுக்கிச் சிலுப்பிக்கொண்டது. குழாயின் தலையைத் திருகி தண்ணீரைத் தேடுகிறான். குழாயில் ஒளிந்து இருந்த இரண்டு சொட்டு நீர் பாதரசத்தைப்போல் உருண்டு விழுந்தது டம்ளரில். அதை அண்ணாந்து வாயில் விட்டான். சிறிதும் ஏமாற்றமில்லாத முகபாவனையோடு சலூன் கடைப்பக்கம் போய்நின்றான். அங்கு முடிதிருத்திக் கொண்டிருந்தவனைப் பார்த்தவாறே தன்னுடைய வளர்ந்த முடியைத் தடவிச் சிரித்துக் கொண்டான். இவனுக்காக மழை வந்துவிடாதா என நினைத்தவண்ணம் வேகமாகச் சென்றுவிட்டேன்.

மாலை நேரம் டீ வாங்கச் சென்றேன். அவனும் சற்றுத் தூரத்தில் நின்றிருந்தான். ரோட்டின் ஓரத்தில் நின்றிருந்த மின் கம்பத்தைச் சுற்றிலும் புல் வளர்ந்திருந்தது. ரோட்டோரத்தில் அப்படி புல் வளர்ந்துகிடப்பது கண்ணுக்குக் குளிர்ச்சியாகத்தான் இருந்தது. நிறைய முறை, இந்தப் புல்லில் அமரவேண்டும்போல் தோன்றும். ரோட்டில் யாரும் போகாத நேரம் வரணும், அப்போதுதான் அதில் உட்காரமுடியுமென்று நினைத்தவாறே சென்றுவிடுவேன். டம்ளரை கடையில் வைத்துவிட்டு திரும்பிப் பார்ப்பதற்குள் அந்தப் புல்லில் அமர்ந்துகொண்டு சிரித்தான். நீரலையைப்போல் புல்லின் மேற்பரப்பில் கைகளால் மிதந்துகொண்டிருந்தான்.

கடைக்காரர் அவனிடம் டம்ளரைக் கேட்டார். கொடுக்க மறுத்தவனாக மறைத்து வைத்துக்கொண்டான். அவனுக்கு அவர் 'தாளு' எனப் பெயர் வைத்திருந்தார்.

“தாளு... உனக்கு கப்புல டீ தாறேன், குடு...”

“உனக்க டம்ளர வச்சி, நா என்ன சொத்தா வாங்கமுடியும்...”

எதற்கும் காது கொடுத்துக் கேட்காதவனைப்போல இருந்தான். பிறகு அவரது கண்ணாடி டம்ளரில் டீ கொடுத்தார். வாங்கிக் கொண்டான். பறவை, தனது கூட்டை எப்படி அமைக்கிறதோ அதேபோல் கிடைக்கும் காகிதங்களை மூட்டையாக்கி இரண்டுபக்கமும் ஆள் உயரத்திற்கு அடுக்கிவைத்து, இரண்டு பக்கமும் நின்றிருந்த மரத்தின் கிளைகளை ஒன்றாக்கி, அதன்மேல் காகித மூட்டைகளை அடுக்கி கூரைபோலாக்கி இருந்தான். பார்ப்பதற்கு குகையின் தோற்றம் அது. ஒருவர் உள்ளே படுத்து உறங்கும் அளவிற்கு இருந்தது. வருவோர் போவோர் சிலர் கண்டும் காணாமலும், சிலர் வியப்புடனும், நகைப்புடனும், எரிச்சலோடும் கடந்து சென்றார்கள்.

எப்போதாவது நீண்டநேரம் கழித்து காகிதக் குகைக்கு வருவான். ரோட்டோரத்து நாய்கள் அப்போது உள்ளே போய்ப் படுத்துக்கொள்ளும். காகிதக் குகையைக் கிழித்துக் குதறி விளையாடுவதும் உண்டு. மற்றொருநாள், பஸ்சுக்காக நின்று கொண்டிருந்தபோது அவனது காகிதக் குகைக்குள் ஒருமுறை போய் உட்கார்ந்து பார்க்கவேண்டும்போல் இருந்தது.

டீ வாங்குவதற்காக கடைக்குப் போனேன். அன்று டீக்கடையில் கூட்டம் இருந்தது. இவனும் தொலைவில் நின்றுகொண்டு கைகளைப் பின்னால் கட்டியபடி டீ குடிக்கும் நபர்களைக் கவனித்துக் கொண்டிருந்தான். அவனது சில்வர் டம்ளர், கடைக்காரரின் மேஜையின்மீது இருந்தது. அவனது டீ கப்பின் பக்கத்திலேயே நானும் வைத்துவிட்டு ஓரமாக நின்றுகொண்டேன். கடையில் நின்றவர்களில் ஒவ்வொருவரும் ஒவ்வொருவிதமான பாவனையுடன் வித்தியாசமாக டீ குடித்தார்கள். ஒருவன் டீயைக் குடிக்கும்போது தலையை ஆட்டியபடி ஊதி ஊதிக் குடித்தான். ஒருவன், பேப்பரைப் படித்தவண்ணம் ஓரிரு நிமிடத்திற்கு ஒருமுறை கப்பில் வாய்வைத்து உறிஞ்சிக்கொண்டான். அவனுக்கு டீ காலியானதுகூடத் தெரியாமல் கண்ணாடி டம்ளரை கையில் வைத்தவண்ணம் பேப்பரைப் படிப்பதில் மும்முரமாக இருந்தான். இரண்டுபேர் சேர்ந்து மறுநாள் வேலைக்குப் போகும் இடம்பற்றிப் பேசி முகத்தைப் பார்த்தபடி டீ குடித்தார்கள். டீயை வாயில் வைத்துக் கடித்து மென்றபடி குடித்தான். ஒருவன்,

ஸ்… ஸ்… பூ… எனச் சத்தம் போட்டுக்கொண்டே குடித்தான். இவர்களையெல்லாம் அவன் வேடிக்கை பார்க்கிறானோ என நினைத்தேன். வாசனை, டீயை குடிப்பதற்குத் தூண்டுவதுபோல் இருந்தது. டீக்கும் ஆண்வாசனைதான் போலும். அந்த வாசனையை வெகுநேரம் குடித்துக்கொண்டிருந்தான், நான் வந்தபின்னரும்.

பின்பு ஒருவாரமாக அவனைக் காணவில்லை. எங்கேயோ போய்விட்டான் என்று நினைத்தேன். டீக்கடைக்காரரிடம் கேட்கலாம் என்றால், அவர் எதாவது நினைத்துவிடுவார் என்று அப்படியே விட்டுவிட்டேன்.

எனது அலுவலகக் கண்ணாடிக் கதவுகளைத் திறந்துமூடும் காற்று. யாரோ திறக்கிறார்கள் என நினைத்தே ஏமாந்துபோவதைப் பார்க்க காற்றுக்கும் பிடித்திருந்தது. நான் தனிமையில் இருக்கும்போது காற்றின் விளையாட்டு அதிகமாக இருக்கும். காற்று கதவுகளைத் திறக்கிறது என நினைத்தாலும் திரும்பிப் பார்ப்பதை நிறுத்த முடியவில்லை. இனிமேல் கதவு திறக்கும்போது திரும்பிப் பார்க்கக்கூடாது. வந்திருப்பவர்கள் சத்தம் கொடுத்தால் மட்டும் திரும்பிப் பார்க்கவேண்டும். கதவு திறந்து மூடும் சத்தம் கேட்டும் திரும்பிப் பார்க்காமல் இருந்துவிட்டு மனதில் நினைத்தேன், சரி திரும்பித்தான் பார்ப்போமே. என்று பார்த்தபோது, அவன் உள்ளே வந்து நின்று புன்னகைத்தவாறு அடுக்கிவைத்திருக்கும் கவிதைப் புத்தகங்களை மேலோட்டமிட்டான்.

துயரங்களை அருகில் சந்திக்கும்போது கைகள் நடுங்கத்தான் செய்தது. அவன் எதையாவது எடுத்து என்னைத் தாக்கிவிடக் கூடுமோ என நினைத்தேன். வெளியிலும் போகமுடியவில்லை. சத்தமும் போடமுடியாமல் அமைதியாக படபடப்போடும் பயத்தோடும் அவனைப் பார்த்தேன்.

'எதுவுமே செய்யாமல் போய்விட்டால் நன்றாய் இருக்கும். அப்படி அவன் செய்தால் என்ன செய்வது, பொருள் போனால்… எதையாவது போட்டு உடைத்துவிடுவானோ' எனப் பலவாறு யோசித்து, 'அமைதியாக எழுந்து வெளியே போய் யாரையாவது கூப்பிடுவோமா? வேண்டாம்… வருகிறவர்கள் இவனை அடித்துவிடக்கூடும். நம்மீது பாய்ந்து தாக்கிவிட்டால்… இவனை நாம் அடிக்கடி பார்த்துக்கொண்டே போவதனால்தான் உள்ளே வந்துவிட்டான். மனதில் என்னைத் திட்டிக்கொண்டு, இனிமேல்

இவனைப் பார்ப்பதை நிறுத்தவேண்டும். யாராவது ஏதேச்சையாக உள்ளே வந்துவிடமாட்டார்களா...'

மெதுவாக இருக்கையை விட்டு எழுந்து வெளியில் செல்ல முயற்சித்தேன். என் செயலை நொடிப்பொழுதில் யூகித்துக் கொண்டவன், அடுக்கிவைக்கப்பட்டிருந்த கவிதைப் புத்தகங்களில் ஒன்றைத் தூக்கினான். கண்ணாடிக் கதவைத் திறந்து விறுவிறுவென நடந்து வெளியே சென்றான். திரும்ப வந்துவிடுவானோ என நினைத்து கதவைப் பூட்டிவிட்டு உள்ளே தனியாக இருந்தேன். அவனைப்பற்றி எதையுமே சரியாக எண்ணத் தோணவில்லை. அமைதியாக இருந்துவிட்டுப் பின் கதவைத் திறந்தேன். சிலமணி நேரம் கழித்து மீண்டும் கதவு திறக்கும் சத்தம் மடார்... மடார்... எனக் கேட்டதும், அவனோ எனத் திடுக்கிட்டுத் திரும்பினேன்.

உள்ளே வந்த காற்று, ஏளனமாக என்னைப் பார்த்துச் சிரிப்பதுபோல் இருந்தது. காற்றையும் அவனையும் திட்டினேன். ஒரு வாரமாக பயத்தோடே கதவுகளைப் பார்த்தபடி இருந்தேன். அதன்பிறகு அவனை நான் பார்க்கவில்லை. புத்தகத்தைக் கிழித்து கோணியில் அடைத்திருப்பானோ, இல்லை, அவனுக்குப் படிக்கத்தான் தெரியுமா? சில வாரங்களுக்குப் பிறகு டீக்கடைப் பக்கத்தில் நின்றுகொண்டிருந்தான். இப்போது அவனைப் பார்ப்பதற்கு பயமாக இருந்தது. டீ கப்பை கடையில் வைத்துவிட்டு வந்துவிட்டேன். கடைக்காரர், கூட்டம் போனபிறகு டீ கொண்டுவந்து கொடுத்தார். குடித்து முடித்தபிறகுதான் தெரிந்தது, டம்ளர் மாறிவிட்டது. அவனது டம்ளர் என்னிடம் வந்துவிட்டது.

டீக்கடைக்காரரிடம் கொண்டுபோய்க் கொடுத்தேன். 'அவனிடம் கொடுங்கள்' என்றேன். "நீங்களே வச்சிக்கோங்க, உங்க டம்ளர் அவன்கிட்ட இருக்குல்ல, அவன்தான் அழுக்கா இருக்கான், இந்த டம்ளர ஒரு நாளைக்கி முன்னூறு தடவ அவன் கழுவுவான்" என்றார். அதன்பிறகு அந்த டம்ளரில் டீ குடிப்பதில்லை, அதை ஓரமாக ஒதுக்கி வைத்துவிட்டேன். பஸ் நிறுத்தத்தின் அருகில் அவன் காகிதக் குகையைக் காணவில்லை. குப்பை அள்ளுகிறவர்கள் வந்து அதை எடுத்துப்போயிருக்க வேண்டும் என நினைத்துக் கொண்டேன். ஒருவேளை, அவன் எடுத்துச்சென்ற கவிதைப் புத்தகமும் அந்த வண்டியில் சேர்த்து எடுத்துப்போயிருப்பார்களோ... ஒரு பறவையின் கூட்டைக் கலைப்பது எவ்வளவு சுலபமோ, அதைவிட அவன் வீட்டைக்

கலைப்பதும் எளிதுதானே. அவன் சாய்த்துவைத்திருந்த மரக்கிளை சிறிது மடிந்தவாக்கில் நின்றது. கண்டிப்பாக, அவன் வீட்டைக் கலைத்து நான்கு நாட்களாவது ஆகியிருக்க வேண்டும். அதன் பிறகு அவனை பார்க்கவே முடியவில்லை.

"வணக்கம்மா."

"வாங்க."

"இந்தப் புத்தகம் இங்க உள்ளது தானா?"

கவிதைப் புத்தகத்தை என்னிடம் காண்பித்துக் கேட்டார்.

"ஆமா..."

புத்தகத்தைப் பார்த்ததும் புரிந்துபோனது, சிலமாதங்களுக்கு முன் அவன் எடுத்துச் சென்றது.

"அட்ரச் பார்த்து, பக்கம்தானேன்னு வந்தேன்."

"உங்களுக்கு எப்படிக் கிடைச்சது?"

"என் கடையின் மேசையில் இருந்தது. வந்தவர் யாரோ மறந்து வச்சிட்டாங்க போல. நானும் கவிதைகள் எழுதுவேன், இப்போது எழுதுவதில்லை. நான் கேரள படைப்பாளர் தமிழ்ச்சங்கத்தில் உறுப்பினராக உள்ளேன். நாம இந்த வட்டாரத்துக்குள்ள இருக்கோம் தெரியல பாருங்க..."

சிறிதுநேரம் இருந்துவிட்டுப் புத்தகத்தை என்னிடம் கொடுத்தார். வந்ததில் இருந்து மூச்சு இறைத்தபடியே இருந்தார். அதனால் அவரிடம் அதிகமாக பேச்சுக் கொடுத்து கஷ்டப்படுத்த வேண்டாம் என நினைத்து உரையாடலைக் குறைத்துக்கொண்டேன். நன்றி சொல்லிக் கிளம்பிவிட்டார்.

அலுவலகத்தை சுத்தம் பண்ணும்போது அவன் சில்வர் டம்ளரைப் எடுத்து ஓரத்தில் வைத்தபோது வானத்தை ஒருமுறை எட்டிப் பார்த்தேன், மழை வருமோ...

# அவளது உடைமரக்காடும் வெட்டுக்கத்தியும்

நாசி துவாரத்தின் நரம்பிற்குள் பதிந்துவிட்டிருந்தது மணம். கூர்மையான வெட்டுக்கத்தியை எடுத்து மார்போடு அணைத்து, போர்க்களத்தில் வெற்றிபெற்ற மாவீரனின் இறுமாப்போடு மெல்ல ஒற்றைவிரலால் தடவி, அதில் ஒட்டியிருந்த உடைமரத்தின் மஞ்சள்நிறத் தூள்களை விரலால் தட்டிவிட்டு மேலிருந்து கீழாக மோந்து பெருமூச்சுவிட்டாள். தோலுரிக்கப்பட்டு துண்டாக்கப்பட்ட அடுக்கிய விறகுக்கட்டுகள். உள்ளங்கையில் குத்திய முட்களின் தடம். சில இடங்களில் முள்ளின் கூர் ஒடிந்தும் இருந்தது. அடுத்த மரத்தை வெட்டும் பக்குவத்தை முதல் மரம் வெட்டுவதில் கண்டுபிடித்தாள். உடம்பெல்லாம் வலி. காய்ந்த சிறு முட்குச்சிகள், இலைகள் பின்வாசல் எங்கும் இறைந்துகிடந்தன.

வீட்டின் மேற்குப்பக்கம் சாய்வாக நின்ற இளம் வேப்பமரத்தின் நிழல் முற்றமெங்கும் பரந்துகிடக்கிறது. காய்ந்தும் காயாமலும் இறைந்துகிடக்கும் வேப்பம்பழங்களைச் சுவைத்தபடியே ஊர்ந்துசெல்லும் கருப்புநிற எறும்புக்கூட்டம். குருவிகள் சத்தம் எழுப்பியவாறே பயமேதும் இல்லாமல் அருகிலேயே நிற்கப் பழகிக்கொண்டன.

தவிட்டுக்குருவிகள் வீட்டிற்குள் வந்துபோகின்றன. சற்றுத் தள்ளி நின்றே வேடிக்கை பார்க்கும் அடைக்கலான் குருவிகள். சண்டையிடும் தவிட்டுக்குருவிகளை விடவும் அடைக்கலான் குருவிகளே அவளுக்குப் பிடித்திருந்தது. வீட்டின் இடைவெளி எங்கும் நுழைந்திருந்து வெளியிலும் உள்ளிலும் பார்க்கும்படி உட்கார்ந்துகொள்ளும்.

முன்பிருந்த வீடுகளுக்கு வெட்டுக்கத்தி அவளுக்கு தேவைப்படவில்லை. 'எதுக்கு சும்மா எடத்த அடச்சிக்கிட்டுக் கெடக்கு, கொண்டுபோய்க் காயிலான் கடையில போட்டுவிடலாம்' என்று சொல்லும்போது, 'இது கெடக்குறதுல உனக்கென்ன கஷ்டம். எப்பவாவது நமக்குத் தேவைப்படும்.' குடிவாறதுக்கு முன்னாலத்தான் சானம்பிடித்து வைத்தான் கணவன் ஆரோக்கியசாமி. வாடகைக்குக் குடி வந்தவுடன் தேடியது வெட்டுக்கத்தியைத்தான். முன்வாசலைத் தவிர சுற்றிலும் உடைமரங்கள் நிறைந்து காடாகக் கிடந்தன. வீட்டைச் சுத்தப்படுத்தித் தந்திருந்தாலும் சுற்றுப்புறம் தூய்மையாக இல்லாமலிருந்தது. காய்ந்த முட்குச்சிகள் குவியல் குவியலாக ஆங்காங்கே கிடக்க, அதன்மீது கொடிபடர்ந்து சிவப்புநிறப் பழங்கள் நிறைந்து கிடந்தன. எங்கு பார்த்தாலும் சுண்டக்காய்ச் செடிகள் முளைத்திருந்தன. காட்டாமணக்குச் செடியின் பச்சைவிதை, பொய் முட்களைக் காட்டி பயமுறுத்துவதுபோல விதைகள் காய்த்து நின்றன. வேண்டாத அழுக்கடைந்த துணிகள் உடைமரங்களுக்கிடையிலும் பாலித்தீன் கவர்கள் காற்றை நிரப்பி வெடிக்க எத்தனிக்கும் பலூனைப்போலவும், முள்ளில் மாட்டிக்கொண்ட பறவையின் பல வண்ணச் சிறகினைப்போலவும் இருந்தன. காற்றோடு அடிக்கடி சலசலத்துக் கொண்டது. அழைக்கும் தூரத்தில் எந்த வீடுகளும் இல்லை.

பல வருடமாக குடியிருக்காத வீடு. மளிகைச் சாமான் வாங்கவேண்டும் என்றாலும் மருத்துவமனைக்குச் செல்ல வேண்டுமென்றாலும் டூவீலர் இருந்தால்தான் போய்வர முடியும். உடைமரக்காட்டை நம்பியே வீட்டின் உரிமையாளர் கழிப்பறை கட்டவில்லைபோலும். முன்பிருந்த வீட்டில், செப்டிக் டேங்க் கிளீனிங்குக்கு என்றே ஆறு மாதத்திற்கு ஒரு தடவை ரூபாய் ஆயிரம் வைக்கவேண்டியதிருக்கும். இப்போது அந்தச் செலவு மிச்சம், தண்ணீருக்குப் பணம் கட்டத் தேவையில்லை. வீட்டின் உரிமையாளனே கட்டிவிடுவதாகச் சொன்னார்.

தண்ணீர்கூட இரண்டு நாட்களுக்கு ஒருதடவைதான் வரும். அந்த வீட்டை விற்றுவிடலாம் என்ற முடிவுக்கு வந்திருந்தான், வீட்டின் உரிமையாளன். அதை வாங்கும் எண்ணமிருந்தது ஆரோக்கியசாமிக்கு. கொஞ்சநாள் வாடகைக்கு இருந்துவிட்டு வாங்கிவிடலாமென்று நினைத்தே இந்த வீட்டிற்குக் குடிவந்தார்கள். முன்பிருந்த வீடு, மனிதர்கள் அதிகம் நடமாட்டம் உள்ள இடம். தனிமை என்பது அவளுக்குத் தெரியாமல் இருந்தது. திருமணமாகி ஐந்து வருடமாகின்றன. குழந்தைகள் இல்லை. அதைப்பற்றி ஆரோக்கியசாமி கவலைப்படுவதில்லை. அவன் கவலையெல்லாம், சொந்தமாக வீடு ஒன்று வாங்கவேண்டும் என்பதே. அவள் ஆரோக்கியசாமியோடு வந்தபோது 'இருக்க வீடு குடியில்லாத பொறம்போக்கு பயலுக்கக்கூட ஓடிப்போயிட்டான்னு' சொன்னதை மறக்காமல் வைத்திருந்தான். கிடைக்கும் எல்லா வேலைகளையும் செய்தான். இதனால் அவனுக்கு நேரம்தான் பற்றாக்குறையாக இருந்தது. அதிகமாகப் பேசுவதைத் தவிர்ப்பவன். குறைசொல்லும்படியாக அவன் இருப்பதில்லை.

உடைமரத்தின் உள்ளே பாதையை ஏற்படுத்தி கழிப்பிடமாக்கிக் கொண்டார்கள். முதலில் ஒன்றிரண்டு பன்றிகள்தான் உருண்டு புரண்டு கிடந்தன. இப்போது அதிகமான எண்ணிக்கையில் மேய வந்துகொண்டிருக்கின்றன. பாத்திரங்களைக் கழுவி அடுக்கும்போது தவிட்டுக்குருவிகளின் சண்டைபோலவே இருந்தது. விதவிதமான பறவைகளின் ஒலி கேட்டுக்கொண்டேயிருந்தன. கீரிப்பிள்ளைகள் மறைந்து மறைந்து எட்டிப்பார்த்தவண்ணம் காணாமல்போயின. ஏதோ, தப்பி வனத்திற்குள் பிரவேசிப்பதாய் உணர்ந்தாள். என்னதான் பொறுமையாக வேலை செய்தாலும் தனிமை கிடைத்துவிடும்; வேலை செய்யும்போது வேறு எதையும் யோசிப்பதற்கு நேரமில்லை. சின்னச்சின்ன சண்டைகளை மறப்பதற்காகக்கூட வேலை செய்வதையே தேர்ந்தெடுத்தாள். அடுப்படியில் இருக்கும் துணிகளைக்கூட தூக்கியெறியாமல் தினம் துவைத்தும், கழுவிய தரையையும் அடுக்கிய பொருட்களையும் வைத்தகண் வாங்காமல் பார்த்தாள். பகல்பொழுதில் தூங்கி எழும்போது, மாலையா அல்லது காலையா என்றொரு சந்தேகம். பகலில் தூங்குவது பிடிப்பதில்லை. அரைக்கண் தூக்கத்தில் மயக்கம் சேர்ந்ததொரு தனிமையின் சோகம். மீண்டும் நினைவுகளைத் தனக்குள் கொண்டுவர கண்மூடித் திறந்து பார்த்தபோது, ஓட்டுப் பட்டியலில் வாலைத் தொங்கவிட்டபடி

குட்டிக்கு எதையோ கொடுக்கிறது அணில். சந்தோஷத்தின் சிறுதுளி கழுத்தை நனைத்திருந்தது. சிலநேரங்களில், தூக்கம் விழித்து பரபரப்புடன் எழும்பிப் பார்க்கும்போது எல்லாம் போட்ட இடத்தில் போட்டபடியே கிடக்கும். அப்போதுதான் உணர்வாள்; தன் உடம்புக்கு முடியாததைப்பற்றி.

வீட்டிலுள்ள பொருட்கள் ஒவ்வொரு மனிதர்களாகத் தெரிந்தன. கண்களை உருட்டி, கைகளை அசைத்து அவளிடம் பேசவரும் பொருட்களைக் கையில் தூக்கிப் பிடித்து எறிந்தாள். இந்த வீட்டிற்கு வந்ததில் இருந்து தனிமையில் இருந்தாலும், தன்னோடு இன்னொருவர் தொடர்வதுபோலவே தோன்றியது. பூட்டிய அறைகளுக்குள் இருப்பது தனிமையின் அவகாசத்தை நீட்டிக்கொடுத்ததுபோல் இருக்க கதவுகளைத் திறந்தே வைத்தும், சுவர்களின் நிறம் ஆங்காங்கே இளகி, செங்கற்களின் செம்மண் கலர் வெளியில் தெரிந்தது. பார்ப்பதற்கு விதவிதமான மிருகங்கள் பறவைகளின் ஓவியச்சாயலாக இருந்தன. சுவற்றில் தெரியும் ஓவிய மானுக்குக் கொம்புகளை கிளைகளாகப் பிரித்துவிடுவது, பறவையின் இறக்கைகளை அகல விரிப்பது, நகங்களால் இளக்கி சரிசெய்வதும் சாப்பிடுவதும்கூட வெளியில் உட்கார்ந்தே. அடைக்கலான் குருவிகளை வேடிக்கை பார்த்தபடியே அவற்றுக்கும் கொடுத்து அணில்கள் வீட்டிற்குள் எங்கு வேண்டுமானாலும் கூடுகட்டி குட்டிகளோடு போடும் சத்தம்கேட்டு எத்தனை என எண்ணிவைத்திருந்தாள். எங்கும் முட்காடாகக் கிடக்கும் உடைமரங்களை வெறித்து நோட்டமிட்டாள்.

வெளியில் இருக்கும் சமையல் செய்யும் இடம் ஓலைக்கீற்று களாலானது. அடுப்பினுள் கிடந்த அழகான கறுப்பும் வெள்ளைப் புள்ளிகளும் கலந்த குட்டிப் பாம்பொன்றைப் பார்த்து கணவனை அழைத்தபோது, அவன் வேலைக்கு வெளியே கிளம்பிக்கொண்டிருந்தான். வெளியே சென்றவனை மறுபடியும் அழைக்க, விருப்பமின்றி அவளே உடைமரக்குச்சியை எடுத்து அடித்துக் கொன்று தூக்கியெறிந்தாள். அடிக்கடி விதவிதமான பாம்புகள் வீடு தேடிவர ஆரம்பித்திருந்தன. பாம்புகள் வருவதை அவனிடம் சொன்னாள்.

"கொஞ்சம் வருஷம் போச்சின்னா, இந்த எடத்தை நாம விலைக்கு வாங்கவே முடியாது, ஆள் நடமாட்டம் இருந்தாலே போகப்போக சரியாயிடும்" என்றான்.

இரவு அறையின் ஓட்டுக்கண்ணாடி வழியாக முழுநிலவைப் பார்த்துக் கிடந்தாள். மின்விசிறியின் தடக்... தடக்... சத்தம். வீடுமாறி வரும்போது அதன் கையில் லேசாக அடிபட்டுவிட்டது. மின்விசிறியின் சத்தம் தூக்கத்திற்கான சத்தமாக மாறிவிட்டிருந்தது. முதலில் சற்று எரிச்சலாக இருந்தது. இப்போது சத்தம் இல்லாமல் தூக்கம் வரவில்லை. சன்னலோரம் நின்ற உடைமரத்தின் கிளை காற்றின் வேகத்தில் உரசி அடித்துக்கொள்கிறது, சன்னலைத் திறந்து உள்ளேவரத் துடிக்கும் கரங்களாக. மழைமேகம் நிலவை மறைத்தது. நிலவின் வெளிச்சம் மங்கினதும் சின்னச்சின்ன மழைத்துளிகள் ஓட்டுக்கண்ணாடியில் விழுந்தது. கண்ணாடியில் விழுந்த நீர்த்துளிகளைத் துடைத்து நிலவைத் தேட நினைத்தாள். கண்ணாடிக்குள் அகப்படாத நிலவு முற்றிலும் மறைக்கப்பட்டது கருமேகங்களால். அறையின் இடைவெளிகள் எங்கும் மண்ணின் மணத்தை நிரப்பிச் சென்றது இரவுக்காற்று. குளிர் அதிகமாக இருந்தது. மின்விசிறியை நிறுத்தினால் கணவன் எழும்பிவிடக்கூடும். கண்ணாடிக்குள் அகப்படாத நிலவை போர்வைக்குள் வரவைத்து கட்டியணைத்து அதன் கதகதப்பில் உறங்கிப்போனாள்.

காலையில் சிரித்த முகத்துடன் அவளைப் பார்த்தான். அவள் சிரிப்பதை மறந்து பல மாதங்களாகியிருந்தன. இருந்தாலும் பேருக்கு சிரித்தாள். அவள் உண்மையான சிரிப்பின் வசீகரம் அறியாதவனல்ல. அணைத்துக்கொண்டான். அவளுக்கு அழவேண்டும்போல் இருந்தது. கூட்டிப் பெருக்கி சுத்தமாகப் போட்டிருக்கும் முற்றத்தில், திடீரெனப் பெய்யும் கோடைமழைத் தூறலைப்போல் படர்ந்தான். ஈரத்தை உறிஞ்சிய நிலம் மழைபெய்த தடமே இல்லாமல் கிடந்தது.

பெய்த மழையின் ஈர நினைவுகள், அன்று முழுவதும் வேறு வேலைகளைச் செய்யவிடாமல் தடை போட்டன. உடைமரம் பூக்கத் தொடங்கியிருந்தது. கணவனின் வரவையே எதிர்பார்த்து இருட்டிவிட்டிருந்தது. வந்தவனிடம் காலையில் இருந்த சிரிப்பில்லை. அவன் முகத்தில் ஆயிரம் தவிட்டுக்குருவிகளைக் கண்டாள். எதையுமே அவளோடு பகிர்ந்துகொள்ளவில்லை, உணவைத் தவிர. தூங்கச் சென்றான். அவனருகில் படுத்திருந்தவள், கணவனின் மார்பில் கை வைத்தபோது அவள் உணர்வுகளை அறிந்துகொண்டவன், வேகமாக கைகளை விலக்கி,

“உனக்கு வேற வேலையே இல்லையா? எப்பவும் இந்த நினைப்பிலத்தான் இருப்பியா?” என்றான்.

விஷத்தின் சுவை எங்கோ, எப்போதோ தீர்மானிக்கப்பட்டதென்று எண்ணியவாறே விலகியே படுத்துக்கொண்டாள். சிலமணி நேரத்திற்குப்பிறகு, ஏதோ திட்டிவிட்டோம் என்ற நினைப்பில் அவளை இருட்டில் தேடி, தான் கோபத்தில் பேசியதாகச் சொல்லிவிட்டுப் படுத்தான். எங்கோ தனித்து ஊளையிடும் நாயின் சத்தம் அவள் குரலாக. காலையில் பொறுப்போடு வேலைகள் செய்துகொண்டிருப்பவளைக் கவனித்தபடியே,

‘ம்…ம்… எவ்வளவு நேரம்தான் இப்படி மூஞ்ச வச்சிக்கிட்டு இருப்பா, பாப்போம், வலிய வராமலா இருப்பா?’ என்றெண்ணியவன், தான் கிளம்புவதாகச் சொல்லிச் சென்றான்.

வெட்டுக்கத்தியை எடுத்து சின்னச்சின்ன முட்களைத்தான் முதலில் தறிக்கச் சென்றாள். கொஞ்சம் பருமனான தண்டுடைய உடைமரத்தை ஒரு மரங்கொத்தி, மரத்தைக் கொத்துவதுபோல் மெல்ல மெல்ல கொத்தத் துவங்கினாள். இரவு பெய்த மழையில், வீட்டின் பின்புறத்திலிருந்த சின்னச்சின்ன குழிகளில் நீர் தேங்கியிருந்தது. அவற்றைச் சுற்றி, நாலைந்து நாரைகள் மேய்ந்துகொண்டிருந்தன. மரம் கொத்துவதின் சத்தம் கேட்டதும், கனத்த குரலெழுப்பி விருட்டெனப் பறந்தன நாரைகள். மரம் வெட்டும் டக்… டக்… சத்தம் அமைதியான சூழலைக் கலைத்தது. சாய்க்கும் இடத்தை சரிபார்த்துவிட்டு அதன் எதிர்திசையில் நின்றவாறே முட்கள் உடம்பில் படாதபடி வெட்டினாள். முதல்நாள் மட்டும் இரண்டு மரங்களை வெட்டினாள், மரத்தைச் சாய்த்து அதன் கிளைகளை தறித்து, கிளாத்தி மீனின் தோலை உரிப்பதுபோல். முதலில் அதன் மணம் குமட்டலைத் தந்தது. வியர்வையிலும் உடைமரத்தின் வாடை கலந்திருந்தது. தோலை உரித்துவைத்த ஈர விறகுகள் அடுப்பில் உடனே பற்றக்கூடியதாக இருந்தது. அன்று இரவு கையை அசைக்கமுடியாத வலியோடு, எப்போது தூங்கினாள் என்பதையே மறந்திருந்தாள். காலையில்தான் கவனித்தாள், கணவனின் கை தன்னை அணைத்திருப்பதை. கையை விலக்கி எழுந்து, சூடாக வெந்நீர் வைத்துக் குளித்தது வலிக்கு இதமாகவும், முள்ளின் கீறல் விழுந்த இடமெல்லாம் விறுவிறுவென வலித்தடங்கி மீண்டும் புது உற்சாகம் பிறந்தது. செருப்பைத் துளைத்துக்கொண்டு

காலை பதம் பார்க்கும் முட்களை எடுத்துவிட்டு வேலையைத் தொடர்ந்தாள்.

தனித்த இரவுகளைக் கொன்று தீர்க்கிறது அவளது உடைமரக்காடு. முள்ளாய் குத்திக்கொண்டிருந்த வார்த்தையின் வலி கைகளில் காயங்களாக. பெரிய தடி மரங்களாக இருந்தால் ஒரு நாளுக்கு ஒன்று மட்டுமே சாய்க்கமுடிகிறது. அதை வெட்டித் தறித்து பக்குவப்படுத்துவது மறுநாள் ஆகிவிடுகிறது. வெட்டப்பட்ட மரத்தின் இடைவெளியெங்கும் வெளிச்சத்தின் முகம். பறவைகள் சில தங்கும் இடத்தை மாற்றிக்கொண்டன. வேண்டாத தக்காளிப் பழங்களையும் பழுத்த மிளகாய்களையும் வீசியெறிந்த இடத்தில் ஆங்காங்கே தக்காளிச் செடியும் மிளகாய்ச் செடியும் முளைத்திருப்பதைப் பார்த்து அவற்றை பாத்தி கட்டி, தோட்டம்போலச் செய்தாள். வெளிச்சம் கிடைத்த செடி, ஓங்கி வளர ஆரம்பித்தது, வீட்டின் பின்புறம் சிறுதோட்டமானது. இப்போதெல்லாம் அவள் சிந்தனைக்குள் தோட்டம் பற்றிய எண்ணமும் வந்து சேர்ந்தது. அவள் செயலில் மாற்றத்தைக் கண்டவன், உள்ளுக்குள் பெருமிதப்பட்டுக் கொண்டான். வாரச் சந்தைக்குப் போய் சில காய்கறி விதைகளும் ஏற்கெனவே இருந்த கத்தி மழுங்கிப்போனதால் சாணம் பிடித்துப் புதிதாக வெட்டுக்கத்தியொன்றும் வந்து சேர்ந்தது வீட்டிற்கு.

இரண்டு தவிட்டுக்குருவிகளின் சண்டைகளுக்கிடையில் ஒரு குருவி இணைசேர நெருங்குவதை அறிந்த மற்றொன்று தலையில் கொத்தி விரட்டியது. உள்ளுக்குள் சிரித்தாள்.

"எப்பவும் இதே நினைப்போடத்தான் இருப்பியா?" என்று கொத்துப்பட்ட குருவியைக் கேட்டாள்.

வித்தியாசமான செயல்களை அவளிடம் கண்டான். அவனருகில் நெருங்குவதை தவிர்த்திருந்தாள். உடைகள் மாற்றுவதுகூட மறைந்தேதான். ஏதாவது வேலைகளை இழுத்துப்போட்டு செய்துவிட்டு அவன் நன்றாகத் தூங்கிவிட்ட பின் தூங்கச்சென்றாள். உடைமரங்களுக்கு இடையில் கிடந்த நாய்க்குட்டியொன்றைக் கண்டெடுத்து வளர்த்துவந்தாள். என்னதான் வேலைகளைச் செய்தாலும் அவனுக்காகச் செய்யும் வேலைகளில் அலட்சியமும் கோபமும் கலந்திருந்தது. எங்கேயும் நிலைகொள்ளாத மனம், அதை மட்டும் பிடித்துக்கொண்டு அலைவது ஏனோ. இப்போதெல்லாம் அடிக்கடி பிறந்த வீட்டின் நினைவுகள் வந்துபோகின்றன. கேபிள்

கனெக்ஷனாவது இருந்தால் நேரம்போகும். அது இல்லாததும் நல்லதுதான். இந்த வேலைகளாவது உருப்படியாக நடக்கிறது.

வீட்டின் பின்பக்கம் விறகுகள் கூடிக்கொண்டே போனது. எங்கும் வெயிலின் முகம் பரவி, ஏகதேச உடைமரங்கள் வெட்டப்பட்டிருந்தன. இரண்டொரு நாளாகவே ஆரோக்கியசாமிக்கு சந்தோஷம் அதிகமாகவேயிருந்தது. இன்னும் இரண்டு மாதத்தில் வீடு நமக்கானதாக மாறிவிடுமென்று சொன்னான். பலவருடக் கனவில் மிதந்துகொண்டிருந்தான். அவளில் மாற்றத்தைக் கண்டவன், இரண்டு நாள் லீவு போட்டு அவளோடு பொழுதைக் கழிக்க நினைத்தான். முதல்நாள் முழுவதும் உடைமரம் வெட்டி இடத்தைச் சுத்தப்படுத்தும் வேலையை அவனும் செய்தான். பொழுதுசாயும் நேரம், கொஞ்சம் கொஞ்சமாக அவன்மேல் அக்கறையும் பாசமும் வந்தது. மெல்ல நெருங்கி கைவிரல் பற்ற நினைத்து நெருங்கியதும்,

"ச்சீ... நானென்ன அதுக்கு அலைபவளா?" உடம்பெல்லாம் உடைமரத்தின் முள் பரவத் தொடங்கியது. கைகளைக் கட்டிக்கொண்டு பின்புறம் திரும்பிப் படுத்தாலும் தூக்கம் வரவில்லை. அவ்வப்போது எழும்பி எழும்பி, கணவன் உண்மையிலேயே தூங்குகின்றானா என்று பார்த்துக் கொண்டாள். விடியும் நேரம் நன்றாகவே தூங்கிப்போனாள். பறவைகளின் சத்தத்தில் விழித்துப் பார்த்தபோது, தண்ணீர் பிடித்துவைத்து தோட்டத்திற்கு தண்ணீர் ஊற்றிக் கொண்டிருந்தான் ஆரோக்கியசாமி.

திசையறியா திருப்பங்கள், வாழ்க்கையின் வழித்தடங்களை இட்டும் அழித்தும் செல்கின்றன. வானம், மழைக்கான கூறுகளோடு சுற்றித் திரிந்தது. மழை வந்தால் செடியெல்லாம் நீரில் அடித்துச் சென்றுவிடுமே... செய்வதறியாது திகைக்கும் குழந்தையின் படபடப்போடு அங்குமிங்கும் ஓடி மண்ணைச் சரிசெய்தாள். ஆரோக்கியசாமியை வேலைக்கு ஆள் தேடிவரவே, அவளோடு பொழுதைக் கழிக்க நினைத்தவன் மறந்துபோனான். வேலைக்கான எத்தனத்தோடு, சீக்கிரம் வந்துவிடுவேனென்று சொல்லிக் கடந்தான். 'வேலைக்குப் போகமாட்டார், பொறுமையாகச் சமைக்கலாமென நினைத்து காலம் தாழ்த்தியாச்சு. ம்... என் சமையலைத்தான் எதிர்பார்ப்பதே இல்லையே' என்று நினைத்தவளுக்கு தனக்கு மட்டுமே சமைப்பது கஷ்டமாகயிருந்தது.

முன்பிருந்த வீடாயிருந்தால் பக்கத்துவீட்டு அக்காவிடம் வாங்கிக் கொள்ளலாம். அடுத்தவேளை சாப்பாட்டை அவளுக்கும் சேர்த்துச் சமைத்து, ஒன்றாக உட்கார்ந்து கதைபேசி அவளோடு இருப்பது கடந்தகால நினைவுகளாகிவிட்டன.

வெட்டுக்கத்தியை கையில் எடுத்தவள், ஒரு ஓரமாக ஒற்றைமரமாக நின்ற கிளையடர்ந்த உடைமரத்தை நோக்கி கால்களைப் பதமாக எட்டிவைத்து நடந்தாள். அதனருகில் சென்றவள், மாடப்புறாவின் குரல் கேட்டு, பின்னிப் பிணைத்துக்கொண்டு பச்சையும் காய்ந்ததுமாக இருந்த முட்குச்சிகளுக்கிடையில் பார்த்தாள். கிழக்குப் பக்கமாக சாய்வாக நின்ற கிளையில், அடைகாத்து இருக்கும் புறாவைக் கண்டாள். சற்றுநேரம் நின்று பார்த்தவளுக்கு வயிற்றில் இரைச்சல் கேட்கவே, 'தப்பிச்சுப் போ, நான் போய் சமைச்சி சாப்பிடப் போறேன். அப்புறம் வந்து உன்னைப் பாத்து நலன் விசாரிக்கிறேன்.' என்று சொல்லிக் கொண்டாள்.

வேகவேகமாக எதையோ சமைத்தவள், அரக்கபரக்க வாய்க்குள் திணித்துக்கொண்டாள். சிறிதுநேர இடைவெளிக்குப் பின்புதான் தெரிந்தது, மிளகாய்த்தூள் போடாமல் சமைத்தது. 'மிளகாய்த்தூளுக்குப் பதிலாக நாலு முள் கால்களில் குத்தினால் ஈடாகிவிடும்' அவள் கால்களுக்கிடையில் சடவு போட்டுக்கொண்டிருந்த குட்டி நாயிடம் சொல்லி ஆற்றினாள்.

சிறிது ஓய்விற்குப்பிறகு பின்னிப்பிணைந்திருக்கும் உடைமரக்கிளை முட்குச்சிகளைப் பார்த்து, 'என்ன ஒரு முரட்டுத்தனமான தழுவல்' இணைவிட்டுப் பிரியா குச்சிகளின்மீது ஏனோ ஒரு நெருடல் அவளுக்குள். புறாக்கூட்டைக் கலைக்க மனமில்லாமல் இவை சிறகசைத்துப் பறந்துபோவது வரையிலும் இந்த மரம் மட்டும் நிற்கட்டும் என்று, தினமும் தோணும்போதெல்லாம் அவற்றுக்கு எந்தத் தொந்தரவும் கொடுக்காமல் கவனித்து வந்தாள்.

வீட்டு உரிமையாளரின் மனைவி, ஆரோக்கியசாமியைத் தேடி வந்தாள். எப்போது கிளமபுவாள் என்ற எதிர்பார்ப்போடு, சிரித்த முகத்துடனே வரவேற்று வீட்டின் குறைகளைப் பகிர்ந்து கொண்டான் ஆரோக்கியசாமி.

"நீங்க தவறா நினைக்காதீங்க. அவரு உங்ககிட்டச் சொன்னது எனக்கு ஒரு வாரத்துக்கு முன்னத்தான் தெரியும். எனக்க

இளைய மவ பாவம் கஷ்டப்படுறா, அவளுக்கு இந்த வீட்ட குடுக்கப்போறேன்."

வீட்டின் ஒவ்வொரு சுவரும் அவன் கைகளுக்குள் பொடிந்துகொண்டிருந்தன. கானல்நீரில் நா வறண்டு கிடக்கிறது, எதிர்காலத்தின் நதி. வேறுவீடு தேடும் செயலில் ஈடுபட்டிருந்தான். அவளோடு ஐக்கியமாகிவிட்ட அந்த மண்ணிடமும் உடைமரங்களிடமும் முன்பைவிட அதிக இறுக்கத்தோடு நடந்துகொண்டான், எரிந்து விழும் கனலைப்போல, அவளுக்கோ என்ன சொல்வதென்று தெரியாத வெறுமை மனதில் இருந்தாலும், தனிமையை உடைத்தெறியும் வித்தையைக் கற்றுக் கொடுத்தது வீட்டின் சுற்றுப்புறம். தனக்கொரு புத்தகமாக மார்புச் சேலைக்குள் சிறகசைத்துப் பறக்கிறது. அவள் கடந்துசெல்லும் சேதியை தினமும் செடிகளிடம் சொன்னாள். சிறிய நீர்க் குமிழிகளைப்போல தக்காளி காய்த்திருந்தது. அதை மெல்ல வருடி சுவாசித்தாள். வெகுநேரம் கைகளைவிட்டு அகலாமல் இருந்தது மணம். கத்தரிச்செடியின் சிறிய காயைப் பார்க்கும்போது, அம்மா முதல்முதலாக வாங்கிக் கொடுத்த மழைத்துளி கம்மலைப்போன்று இருந்தது.

இந்தப் புறாக்குஞ்சுகளின் சத்தம் கேட்டபிறகு போனால் நல்லாயிருக்கும் என்ற ஏக்கம் தினம் தினம் வந்துபோனது. தன்னோடு வருவது இந்த நாய்க்குட்டி மட்டுமே. தன்னைப்போல அவளும் கவலையாக இருக்கிறாள் என்றெண்ணி கோபத்தைக் குறைத்திருந்தான். தவிட்டுக் குருவியும் அடைக்கலான் குருவியும் வேறுவேறு என்பதை அவள் அறிவாள். சுவரின் ஓவிய மானோ, கொம்புகளை அசைத்து சிலிர்த்துக் கொள்கிறது. வெட்டப்பட்ட உடைமர வேரின் சிறிய கிளைகளின், மென்மையான துளிர் இலை முட்களை நகங்களால் கிள்ளி எறிகிறாள். சாத்தப்பட்ட வீட்டின் தனிமையை காற்று தழுவிச் செல்கிறது. அதிகாலை வானம் அழத்துவங்கியது.

- காலச்சுவடு, மார்ச் 2020

## ஆம்பக்காய்

இரவு முழுவதும் ஒரே நினைவாக இருந்தது, கவிதாவுக்கு. எப்படியாவது நான்தான் முதலில் அதை எடுப்பேன். முதலில் குளத்தில் போய் முங்கி அதை எடுத்துவிடவேண்டும். எப்போது விடியும் என்ற நினைவிலேயே தூங்க, அவள் வீட்டுச் சேவல் புதிதாய் மீசை முளைத்த இளைஞனைப்போல கொண்டைப் பூ முளைத்திருக்க, கரகரத்த குரலில் தொண்டையின் அடிப்பகுதியில் இருந்து முதல்முறையாக குரலெடுத்து மீண்டும் மீண்டும் கூவியது. அதிகாலையில் குயில்களின் சத்தத்துக்குப் பின் காக்கைகளின் சத்தம் கேட்க விழித்துக் கொண்டாள்.

"ஏய், இன்னைக்கு லீவுதானட்டி, காலையிலே முழிச்சு என்ன செய்யப் போற... பள்ளிக்கூடம் உள்ள நாள் மட்டும் முகத்துல வெயிலடிக்கும் வரைக்கும் தூங்கு, எழுப்பினாலும் எழும்பாத..."

'ச்சே, அத்த வேற எழும்பவிடமாட்டாளே என்ன செய்ய, ம்ம்... கொஞ்சநேரம் ஒறங்கிட்டு பொறவு பைய எழும்பலாம்.'

கோயிலில் மணி ஆறு அடித்ததும் எழலாமென்று புரண்டுபடுத்தவள், தூக்கம் வராமல் விழித்துக்கொண்டே படுத்திருந்தாள்.

'இன்னும் நேரம் வெளுக்கட்டும், அவங்க நாலுபேரும் முந்தி எடுக்கதுக்கு முன்னால எடுத்திரணும்.'

மணி ஆறரை ஆகியிருந்தது. படுக்கையை விட்டு 'வெடுக்'கென எழுந்து அடுக்களைக்குப் போனவள், பல் தேய்க்க பனை ஓலைப் பட்டையில் தொங்கவிடப்பட்டிருந்த உமிக்கரியை எடுத்துக் கொண்டாள். சோப்பு டப்பாவைத் தேடினாள். பரபரப்பாகத் தேடியதில் சோப்பு டப்பா அருகில் இருப்பதையே மறந்து தேடினாள். 'அட, பக்கத்தில வச்சிக்கிட்டு எங்க தேடுறன் பாரு...' என்று முணுமுணுத்துக் கொண்டே, சோப்பு டப்பாவைத் திறந்தாள். திறந்தவுடன் சோப்பின் வாசம், அதை அப்படியே சாப்பிட்டுவிட எண்ணம் தூண்டியது. அதில் கொஞ்சமாக 501 பார் சோப்பு இருந்தது. அது, இரண்டு நாள் போட்ட மீதி. 501 பார் சோப்பு மட்டும் அடிக்கடி அவள் வீட்டில் வாங்குவது வழக்கம். துணிக்கும் போட்டுக்கலாம், மேலுக்கும் போட்டுக்கலாம். குளித்துவிட்டு வர மாற்று உடைகளை எடுத்துக் கொண்டாள்.

"அத்த... நான் குளிக்கப் போறேன்."

"குட்டே... நேரம் வெளுக்கதுக்கு முன்ன எங்க போற? குளிக்கப்போறியா, குளிக்க..." என்று சொல்லிப் புடுங்கி வாங்கினாள் துணியையும், சோப்பு டப்பாவையும். புடுங்கி வாங்கியதை எப்படி வாங்குவதென்று தெரியாமல் மண்ணில் புரண்டு அழுது, இரண்டு பிடி மண்ணை வாரித் தலையில் போட்டுக் கொண்டாள்.

"திமிரு புடிச்சது. இதுங்கள எப்படித்தான் வளத்து ஆளாக்க, இப்பவே இவ்வளவு திமிரு, என் தலை எழுத்து. இங்க வந்து மாட்டிக்கிட்டேன்." என்று சொன்ன அத்தை, அவளை அடிக்கவில்லை. அணைத்துக்கொண்டாள். தலையிலுள்ள மண்ணைத் தட்டிவிட்டபடி, "சரி, போய்ச் சீக்கிரம் குளிச்சிக்கிட்டு வா. ரொம்ப நேரம் தண்ணியில நிக்காத, வந்துரு. எனக்கு வடக்க போகணும். வெறவு பொறக்கப் போறேன்" என்றாள், அத்தை.

மீண்டும் புது உற்சாகத்துடன் தலையைச் சொறிந்தபடியே புறப்பட்டாள். அப்போது மணி எட்டு ஆகியிருந்தது. மணியைப் பார்த்தபடியே, 'அவளுவ எனக்கு முன்னால வந்து அதை எடுத்திரக்கூடாது கடவுளே! எனக்கு மட்டுமே கிடைக்கணும்...' வேகமாக நடந்தாள், குளத்தை நோக்கி. வழிநெடுக உமிக்கரியை

வைத்துப் பல் தேய்த்துத் துப்பிக்கொண்டே நடந்தாள். குளத்தை பரபரப்பாக நோக்கினாள். நாலாபுறமும் யாரும் இல்லை. குளத்தின் கரையில் நிற்கும்போது சில்லென்று வீசிய குளிர்ந்த காற்று மேலும் குளிராக்கியது, உடலை. குளத்தின் படிக்கட்டுகளில் இறங்கி மெல்ல தன் முகத்தை நீரில் பார்த்தாள். புதிதாய் உள்ள சில்வர் பாத்திரத்தில் முகம் தெரிவதுபோல் இருந்தது. குளிர்ந்த காற்றுடன் அல்லியின் மணமும், ஆம்பல் பூக்களின் மணமும், செந்தாமரைப் பூக்களின் வாசம் கலந்து வீசியது. புத்துணர்ச்சியும், புது உற்சாகமும் வந்தது. மெல்ல நீரில் காலை வைத்துப் பார்த்தாள். சில்லென்று நீர் இருந்ததால் 'வெடுக்'கென்று காலை இழுத்துக்கொண்டாள். தன்னிலை மறந்து நின்றவள், மீண்டும் நினைவுக்குள் வந்தவளாய் உடைகளை வேகமாக மாற்றினாள். குளிரைப் பார்த்தால் முடியாது. சாடிவிட வேண்டியதுதான் என்று முடிவுசெய்து, வேகமாக கொஞ்சதூரம் பின்னால் வந்து பின் வேகமாக ஓடி குளத்தின் படிக்கட்டுகளைத் தாண்டிச் சாடினாள். சாடிய வேகத்தில், தெளிவாய் இருந்த தண்ணீர் கலங்க, பெரிய ஆபத்து தம்மை நோக்கி வருவதாக உணர்ந்த மீன்கள் துள்ளி ஓடின. தண்ணீரின் அசைவுக்கு ஏற்றபடி தாமரைப் பூக்களும், ஆம்பல் பூக்களும் அசைந்தன. முங்கியவுடன் நீரின் அடிப்பகுதி வெதுவெதுப்பாக இருந்தது. அது உடலுக்கு இதமாக இருந்தது. எழும்ப மனம் இல்லாமல் சிறிதுநேரம் மூச்சைப் பிடித்துக்கொண்டு நீரில் மூழ்கியிருந்து பின் மேலே வந்தாள். மீண்டும் நீரில் மூழ்கிப் படிக்கட்டின் ஓரத்தில் மூழ்கி கால்களை வைத்து மெதுவாக தடவிப் பார்த்தாள். ஏமாற்றம்தான் மிஞ்சியது. திரும்பவும் படிக்கட்டின் மறுபக்கம் ஒரு ஆள் நின்றால் மூழ்கிவிடக்கூடிய அளவிற்கு நீர் இருந்தது. அங்க போய்ப் பார்க்கலாம். மூச்சைப் பிடித்து மூழ்கி கைகளை வைத்துத் தடவிப் பார்த்தாள், இரண்டு மூன்று தட்டுப்பட்டன. அதில் ஒன்றை மட்டும் முதலில் எடுக்க முடிந்தது. பின் மீண்டும் மீண்டும் நீரில் மூழ்கி கைகளில் தட்டுப்பட்டதையெல்லாம் ஒவ்வொன்றாக எடுத்தாள். கிட்டத்தட்ட ஐந்து இருக்கும்.

உடைந்துவிடாமல் மெதுவாக துணிகளில் பொதிந்து வைத்து உற்சாகமான குளியலுடன் கரையேறி, உடைமாற்றி, வீடு வரும் வழியில் அவளைப் பார்த்து, "ஏட்டி மக்கா... சோபி இங்க பாரு, அஞ்சி வாத்து முட்ட. நீங்க நாலுபேரும் அண்ணக்கி எடுத்தீங்க,

எனக்கு ஒண்ணுகூடத் தரல. இப்பப் பாருடாய் அஞ்சி…” மலைப்புடன் பார்த்தாள் சோபி.

“ஏட்டி மக்கா… எனக்கு ஒண்ணு தாட்டி, நாளைக்கு இல்லண்ண எப்பவாவது நான் எடுக்க நேரம் உனக்குத் தருவேன்” என்று கெஞ்சியவளைப் பார்க்க பாவப்பட்டும், அவள் எடுத்தால் தனக்குத் தருவாள் என்ற எண்ணத்தில் அவளுக்கு ஒன்று கொடுத்தாள். சந்தோஷத்துடன் வாங்கிய சோபி, “நாளைக்கு குளிக்கப் போகும்போது நாங்க நாலுபேரும் வருவோம், நாம எல்லோரும் சேர்ந்து தொட்டு விளையாடலாமா?” சோபி சொன்னதைக் கேட்டவள் குதூகலமாகிவிட்டாள்.

“எப்போ போவிங்க?”

“நாளைக்கு ஞாயிற்றுக்கிழம. கோயில்ல கூட்டம் முடிஞ்சதும் போலாம் வரணும் சரியா?”

“ம்… கண்டிப்பா வருவேன்.”

பேசிக்கொண்டே முட்டைகளைப் பத்திரமாக வீட்டிற்குக் கொண்டுவந்தாள். முட்டைகளைப் பார்த்த அத்தை,

“அடக் கடவுளே! இவ இதுக்குத்தான் இந்த நெல நின்னாளா, கண்ணப்பாரு செவந்து உக்குலு கண்ணுமாதிரியில்ல இருக்கு. அந்த அளவுக்கு இவ தண்ணியில முங்கியிருக்கா. இங்க பாரு… அந்தக் கொளம் பொல்லாதது. அது ஆளுமுழுங்கி கொளமாக்கும். மதியானம் பன்னிரெண்டு மணிக்கும் இராத்திரி பன்னிரெண்டு மணிக்கும் பேய் வேற ஆடுமாம். கொஞ்சமாவது பயம் இருக்கா.”

“அத்த… பேய்க்குத் தொந்தரவில்லாம ஆடிக்கிறேன், நீ மொதல்ல முட்டைய அவிச்சித் தா…” திரும்பத் திரும்ப திட்டியவளைக் கவனிக்காமல், சிந்தனையெல்லாம் முட்டையை அவிப்பதிலேயே இருந்தது. கண்டிப்புடனும், கட்டளையுடனும் வாத்து முட்டை அவிக்கப்பட்டது.

ஞாயிற்றுக்கிழமை காலை முதல் பெல் அடித்து ஆராதனை தொடங்கியாகிவிட்டது. பாஸ்டரின் நீண்டநேர பிரசங்கத்தால் கடைசிப் பெஞ்சில் இருந்து தூங்கிவிழும் மரியம்மை அத்தை, ஆமென் சொல்லியும் எழும்பாத வேதமாணிக்கம் மாமா, இவர்களைப் பார்க்க வேடிக்கையாக இருந்தது. வேடிக்கை

பார்த்துக்கொண்டே ஆராதனையும் முடிந்தது. கவிதா அவர்கள் நாலுபேரையும் பார்த்து,

“எல்லாரும் வந்திருங்கட்டி மக்கா… குளத்துக்கு. நான் கொஞ்சம் இறச்சி வச்சி சோறு தின்னுக்கிட்டு வாரேன். அப்பதான் மூச்சடக்கி தண்ணியில முங்கி ஜெயாவை தொடமுடியும். ஜெயாவை லேசுல தொட முடியாது. அவள நான்தான் தொடுவேன், என்னால மட்டும்தான் தொட முடியும்.”

“சரி, பாத்திரலாம் வா…” என்றாள், பதிலுக்கு ஜெயாவும்.

“எல்லோரும் குளத்திற்கு வந்தாச்சி, முதல்ல எண்ணுவோம். யாரு தொட வாரது. கவிதா தாண்டே வாரா. சரி, ரெடி” என்று சொல்லி, வேகமாக நான்குபேரும் குளத்தில் குதித்து ஆளாளுக்கு ஒவ்வொரு திசைகளில் நீச்சல் அடித்துப் போய் நின்று,

“சரி, கவிதா வா… ரெடி” என்றதும், கவிதா குளத்தில் குதித்து ஒவ்வொருத்தராய் நீச்சலடித்து துரத்திச் சென்று பிடித்தாள். எல்லோரையும் தொட்டுவிட்டு மூச்சு வாங்கியபடியே கரையில் வந்தமர்ந்தாள். படிக்கட்டில் எல்லோரும் இளைப்பாற உட்கார்ந்தார்கள்.

குளத்தின் கரையில் சாய்வாக நின்ற தென்னை மரத்தின் கீற்றின் நிழல் நீரில் தெரிய, தென்னையின் நிஜக்கீற்றை எட்டிப் பிடித்து விளையாட எட்டவில்லை. அதனால் நீரில் தெரியும் நிழல் கீற்றை எட்டிப் பிடித்து விளையாடுவதுபோல் பாவனை செய்து விளையாடி, கரையோரத்தில் பூத்திருக்கும் சின்னச்சின்ன நீலநிறப் பூக்களையும், ஆம்பல் பூக்களைத் தண்டுடன் பறித்து மாலைசெய்து கழுத்தில் போட்டுக்கொண்டு மணப்பெண் மாதிரி பாவனை செய்து விளையாடுவது வழக்கம். பூக்கள் வாடிவிடாமல் ஈரத்துணியில் பொதிந்து வைத்துவிட்டு மீண்டும் நீரில் குதித்து முங்கியே நீருக்குள் நீந்திச் சென்று ஒருத்தரையொருத்தர் கிள்ளினார்கள். கிள்ளியவள் யாரென்று தேடிப் பிடித்துக் கிள்ள, நேரம்போவது தெரியாமல் விளையாடுவார்கள்.

“கரையேறுவோம்மிட்டி மக்கா… வயிறு பசிக்குது, வீட்டுக்குப் போய் நல்லா சாப்பிடணும்” என்று சொன்ன சோபியைப் பார்த்து,

"இருட்டி... நாம தாமரை எல பறிச்சிக்கிட்டுப் போலாம். எங்க பாட்டி சொல்லுவா, தாமரை எலைய கமத்திப்போட்டு அதில சோறு போட்டுச் சாப்பிட்டாக்க நாமுள்ளெல்லாம் இருக்காது. தெரியுமா? ஏண்டி முழிக்கிய கவிதா. தெரியாதா... அதாம்டி நம்ம கைமுட்டியில, கால் முட்டியில எல்லாம் வரும்ல சின்னச்சின்ன பருமாதிரி, அதுதான்."

"ஓ, அதுவா?" என்று சொல்லி, வாயைப் பொத்திக்கொண்டு கிண்டலாகச் சிரித்தாள், கவிதா.

திரும்பவும் குளத்தில் நீச்சலடித்துச் சென்று ஆளாளுக்கு நான்கு, ஐந்து இலைகள் பறித்துக்கொண்டு கரையேறி வந்து, உடலோடு ஒட்டிக்கொண்ட ஆடையைக் கழற்ற பெரும்பாடுபட்டு வருவோர் போவோர் பார்த்திராவண்ணம் பக்குவமாய் கழற்ற, மாற்றுத் துணிகளை உடுத்திக்கிட்டு வீட்டுக்கு வரும் வழியில் சுதா தொடங்கினாள்:

"ஏட்டி, நமக்கு இந்த ஒரு வாரம் லீவுதான். நல்லா குளத்தில ஆட்டம் போடலாம். நாளைக்கு எப்படியாவது குளத்துக்க நடுவுல போணும். அங்கதான் வெளஞ்ச ஆம்பக்காய் கிடக்கு. இன்னைக்கி நான் நீந்திப் போறப்ப பாத்தேன்."

"ஆமா, நானும் பாத்தேன்" என்று சொன்னாள் மாலா.

"சரி, அப்ப நாளைக்கு பறிப்பதுதான் முதல் வேல" என்று சொன்னாள் ஜெயா.

"அப்ப, எப்ப வரலாம்? நாளைக்கும் இதே நேரம்தானே..."

சோபியும், கவிதாவும் கேட்டுவிட்டுக் குதூகலமானார்கள். பறித்த இலைகளோடு வீடு சென்றாள் கவிதா. அத்தையின் அதட்டலுக்கும், திட்டுக்கும் அளவேயில்லை. காதில் வாங்கிக் கொள்ளாமலேயே,

"இந்தா, நீயும் ஒரு இலையில சாப்பிடு. மறக்காம இலையை கமத்திப்போட்டு சாப்பிடு. அப்பத்தான் உனக்க நாக்கில இருக்க முள்போகுமாம். அப்பத்தான் நீ பேசமாட்ட."

சிரிப்பு வந்தது அத்தைக்கு.

"இது யாரு... இவளுக்கு தப்பா சொல்லிக் கொடுத்தது. எங்களுக்கு எதில முள்ளுபோகும்ணு தெரியும், நீ சாப்பிடம்மா."எனச்

சொல்லிக்கொண்டே வடக்குப் புறம் பாத்திரம் கழுவச் சென்றுவிட்டாள். பெருமூச்சுவிட்டாள் கவிதா.

"அப்ப, இவங்களச் சமாளிப்பதே பெரும்பாடாய் இருக்கு" என்று சலித்துக் கொண்டாள்.

நடு இரவில் தூக்கத்தின் இடையிடையில் சத்தம் போட்டாள். தூக்கத்தில் புலம்பியவளை எழுப்பி தண்ணீர் கொடுத்துத் தூங்கவைத்தாள், அவள் அத்தை. காலையில் எழும்பியவள், குளத்தில் இன்று என்ன செய்யவேண்டும் என்ற எண்ணத்தில் இருக்க, சுடச்சுட தேயிலையும், கோதுமை தோசையுடன் தேங்காய் துவையலும் வைத்து எடுத்துவந்தாள். அவள் செய்யும்விதமே தனி. முழுக் கோதுமையை லேசாக நீர் தெளித்து அதை உரலில் போட்டுக் குத்தி அதன் உமியை எடுக்க முறத்தில் போட்டுப் புடைத்து உமியை நன்றாக எடுத்தவுடன் பின் ஆட்டுக்கல்லில் போட்டு தேவையான நீர்விட்டு ஆட்டி, தோசை சுடும் பக்குவத்தில் எடுத்து அரைமணி நேரம் கழித்து சுட்டுச் சாப்பிட்டால் கோதுமையின் உண்மையான சுவையும் மணமும் மாறாமல் சுவையாக இருக்கும். தோசையை ருசித்துச் சாப்பிட்டுக் கொண்டிருக்கும்போது,

"இங்க பாரு, ஆளுவள ராத்திரி எல்லாம் ஒறங்கவிடாம பெனாத்திரது என்னத்த அது. கொளத்துக்குப் போனமா, தண்ணி கலங்காம குளிச்சமா, வந்தமான்னு இருக்கணும்." என்றாள் அத்தை.

"சரி" என்றவாறு, தலையை ஆட்டிக்கொண்டே தோசையையும் சாப்பிட்டவாறே தெருவை எட்டி எட்டிப் பார்த்தாள்.

"அத்த... நீ இன்னைக்கு வடக்க போகலியா?"

"ஏம்மா, ராசாத்தி... இன்னைக்கு கூட்டாளி எல்லாம் சேந்து என்ன திட்டம் போட்டிருக்கிய?"

"பெரிய திட்டம எல்லாம் ஒண்ணுமில்ல, ஆம்பக்காய் பறிக்கணும்ணு நினைச்சிருக்கோம்."

"அடக் கடவுளே! ஏட்டி அந்த நடுக்குளத்தில ஒரு பெரிய கிணறு உண்டு.

“அதுதான் தெரியுமே. தண்ணி வத்தினதும் கிணத்தில உள்ள தொழியெல்லாம் வாரிக்கிட்டு நாம தண்ணி எடுப்பமே அதுதானே...”

“எவ்வளவு நிசாரம் உனக்கு. எல்லாம் விளையாட்டாப் போச்சு. அந்த வண்ணாத்தி அக்கா புள்ளய அமுக்கி வச்சதே அந்தக் குளத்துக் கிணறுதான் தெரியுமா?”

“அதெப்படி?”

“அவனுக்கு நீச்சல் தெரியாது. தண்ணி வத்திக் கெடக்கிய நேரம் கெணத்தில தொழி இருந்தது தெரியாம கொண்டுபோய் கால வச்சான். பொறவு எல்லாரும் சேர்ந்து தூக்கி காப்பாத்திட்டாங்கல்ல.”

“நீ என்ன சொன்னாலும் கேட்கமாட்டா. பட்டாத்தான் புத்தி வரும். சரி, நீ சீக்கிரம் குளிச்சிக்கிட்டு வந்திட்டியன்ன, உன்ன படம்பாக்க வண்டிப்பேட்டைக்கு கூட்டிக்கிட்டு போவேன். ஆயிரத்தில் ஒருவன் எம்.ஜி.ஆர். படம் ஓடுது.”

“அதெல்லாம் வேண்டாம். போனதடவை அந்த டிக்கெட் கிழிக்கியவன்கிட்ட திட்டுவாங்கினதே எனக்குப் போதும். அவன் அடிக்காத குறைதான். எச்சரிக்கையோடு விட்டான். முடிஞ்சா நீ அந்த ஓலைக்குள்ளோட நுழைஞ்சி போயேன். என்ன மட்டும் அன்னக்கிப் போகச் சொன்ன. அதுக்கு குளத்தில விளையாடுவதே மேல்.”

“எப்படியோ வந்தா கூட்டிக்கிட்டு போவேன். பொரி வாங்கித் தருவேன்.”

அத்தையின் ஆசை வார்த்தைகளை பாதி காதில் வாங்கி பாதி வாங்காமல் பாதியாய் இருந்தாள். தெருவை எட்டிப் பார்த்தபடியே, ‘தோழிகளை இன்னும் காணலியே, நேரம் வேற ஆகுதே, அந்த வட்ட வண்டிக்காரன் வந்தாண்ணா பறிக்க விடமாட்டான். அவன் மட்டும் வட்டைக்குள்ள உட்கார்ந்துக்கிட்டு குளத்தையே சுத்திச் சுத்தி வருவான். என்னமோ, குளம் அவனுக்கு மட்டுமே உள்ளது மாதிரி பேசுவான். எப்படியாவது ஒருநாளாவது அவனைக் காணாமல் அவனுடைய வட்டையில் ஏறி உட்கார்ந்து குளத்தை முழுவதும் வலம் வந்துவிடவேண்டும்.’

தூரத்தில் நாலுபேரின் பேச்சுச் சத்தமும், சிரிப்பொலியும் கேட்கவே, தயாராக வைத்திருந்த மாற்று உடையும், கூடவே ஆம்பக்காய் பறித்துக் கொண்டுவர ஒரு பையும் எடுத்துக் கொண்டாள்.

அவர்கள் அருகில் வந்தவுடன்,

"என்னடே இவ்வளவுநேரம்?"

"அவரவர் வீட்டில்போய் கூட்டிக்கிட்டு வர நேரமாயிட்டு" என்று சொல்லிக்கொண்டே சலித்துக் கொண்டாள் சோபி. ஐந்துபேரும் கதைகள் சொன்னபடியே குளம் வந்து சேர்ந்தனர். குளத்தைப் பார்த்தவுடன் கவிதாவுக்கு என்னவோபோலிருந்தது. குளத்தில் கொஞ்சமாக தண்ணீர் குறைந்திருந்தது. பக்கத்து வயல், தென்னந்தோப்புகளுக்கு குளத்திலிருந்து நீர் திறந்துவிடப்பட்டிருந்தது. அதைப்பார்த்த கவிதா, குளத்திற்கு வயதாகிவிட்டதைப்போல் உணர்ந்தாள். உளுவை மீன்கள் இரண்டு படிக்கட்டில் வந்து லாவகமாக நின்றிருந்தது. அதைப் பார்த்த மாலா, "ஐய்! மீன்... வாங்க பிடிப்போம்" என்றாள்.

உளுவ மீன்கள், 'என்னைப் பிடித்துக் கொள்ளுங்கள்' என்பது போலவும், 'எனக்கு எந்த வருத்தமும் இல்ல' என்பது போலவும் அசைவற்று நின்றன. மீன், கையில் தானாக வருவதுபோல் வந்தது. பிடித்துக்கொண்டார்கள். அதைப் பார்த்துவிட்ட கவிதா,

"ஏய்... அதுங்கள விட்டிருட்டி, அது பாவம். எப்பவுமே அடிக்கடி நான் பாப்பேன். கொஞ்சநேரம் நிக்கும், அழுக்குத் தின்னும், போயிரும்."

"சும்மா இருட்டி, எங்க அம்மா கொளத்து மீன் ருசியாக சமைக்கும், வேணும்னா உனக்கும் தாரேன். சாப்பிட்டுப் பாரேன்" என்றாள் ஜெயா.

மீன்களைப் பிடித்து வாளியில் போட்டுக் கொண்டார்கள். வாளியில் மீன்கள் இறந்துவிட்டதைப்போல் பாசாங்கு காட்டிக் கிடந்தன.

மீன்கொத்திப் பறவையை உற்றுநோக்கிக் கொண்டிருந்தாள் கவிதா. எவ்வளவு அழகு நீலமும், சிகப்பும் கலந்த பட்டு உடுத்தியவள்போல் ஒரு தோற்றம். உதட்டில் சிகப்பு சாயம் பூசியவள் போன்றதொரு அலகு. மீன்கொத்திப் பறவை, மீன் எப்போது வரும் என்று

தன் கூர்மையான அலகால் கொத்த எத்தனித்து இருக்க, ஒரு தடவையாவது அதைத் தொட்டுப் பார்த்துவிட வேண்டும் என்ற எண்ணத்தில் அதன் அருகில் கவிதா செல்ல, சட்டென சத்தம் போட்டுக்கொண்டே பறந்து சென்றது. ஏமாற்றத்துடன் திரும்பியவளைப் பார்த்து கைதட்டிச் சிரித்தார்கள்.

"இப்ப இவ, அதப் புடிச்சிருவா. அது ஒடனே இவகிட்ட வந்துகிட்டுத்தான் மறு சோலி பாக்கும். சரி,சரி, வா.. வந்த வேல ஆம்பக்காய் பறிக்கியது" என்று சொல்லிக்கொண்டே திடீரென குளத்தில் தள்ளிவிட்டார்கள்.

எதிர்பாரதவிதமாய் தண்ணியில் விழுந்தவள், தள்ளியவர்களை நீச்சலடித்துத் தேடிப்பிடிக்க அப்படியே விளையாட்டு தொடர்ந்தது. அப்படியே ஆம்பக்காய் பறிப்பதும் தொடர்ந்தது. முதலில் மிக அருகில் இருக்கும் முதிர்ந்த ஆம்பக்கா பறித்தார்கள். பின் தூரத்தில் நிற்கும் காய்கள் பறித்துக் கரையில் கொண்டுவந்து சேர்த்து. அவரவர் எடுத்ததை அவரவர் வைத்துக் கொண்டார்கள். ஆம்பக்கா உள்ளே பார்த்தால் புத்தகத்தைப் புரட்டுவதுபோல் பக்கங்களாக இருக்கும். புத்தகத்தின் உள்ளே பக்கத்திற்குப் பக்கம் மயில் இறகை வைத்திருப்பதுபோல் விதைகள் இருக்கும். பிஞ்சி ஆம்பக்கா, கடுப்புசுவை கொண்டதாகவும் எண்ணெய்த்தன்மை குறைவாகவும் காணப்படும். அதன் விதைகள் சிகப்பு நிறத்திலும், முதிர்ந்த ஆம்பக்கா கறுப்பு நிறத்திலும் எண்ணெய்த்தன்மை அதிகமாகவும் சுவையாகவும் இருக்கும். அதிகமாகச் சாப்பிட்டால் திகட்டும்தன்மை கொண்டது. அதனால் அதிகமாகப் பறிக்காமல் முதிர்ந்தவற்றை மட்டும் பறித்துக்கொண்டு வந்தார்கள்.

கரையேறி உட்கார்ந்தவர்களைப் பார்த்து கவிதா தொடங்கினாள்: "ஆமா, ஏதோ கையில மறச்சி வச்சிக் கொண்டுவந்தியே என்னடே சுதா அது?"

"ஓ, அதுவா... கொஞ்சம் செம்பருத்திப் பூ, செம்பருத்தி இலை, ஆமணக்கு விதை, மஞ்சளும்." வாங்கிப் பார்த்தாள் மாலா.

"இத என்ன செய்யணும்?"

"மொதல்ல சொரசொரப்பான கல்லில வச்சி செம்பருத்திப் பூவையும் இலையையும் சேர்த்து வைத்து உரசணும். அதுல கிளுகிளுப்பாக வரும்ல, அத எடுத்துத் தலையில தேய்க்கணும். பிறகு கொஞ்சநேரம் கழிச்சி குளிக்கணும். அதேபோல ஆமணக்கு

விதையும், மஞ்சளும் சேத்து கல்லில வைச்சி ஒரசணும். இரண்டும் கலக்கிறப்ப இளம் மஞ்சள் நிறமா இருக்கும். அத எடுத்து முகத்தில தேய்ச்சாஅந்த மஞ்சள், முகத்தைவிட்டுப் போகாது, அப்படியே அதிகநேரம் இருக்கும்."

அவள் சொன்ன அடுத்த நிமிடம், ஆளாளுக்குத் தலை தேய்க்கவும் மஞ்சள் பூசவும் மும்முரமானார்கள்.

தாமரை இலைகளையும், பூக்களையும் பறித்துச் செல்ல வருபவனைப் பார்க்க, அழையா விருந்தாளி வீட்டுக்குள் நுழைந்தால் எப்படி இருக்குமோ அப்படியிருந்தது. பூக்களுக்கும், இலைகளுக்கும் இடையில் அவன் போர் தொடுப்பவன். தாமரை மலரில் தேன் குடித்து, மகரந்தத்தில் புரண்டுகொண்டிருக்கும் வண்டுகள் திருப்தியடையாமல் பதறிப் பறந்தன. அதன் கால்களில் ஒட்டியிருந்த மகரந்தத்தூள் காற்றுடன் கலந்தது. போர் முடிந்த போர்க்களம் மாதிரி மாறியது குளம். அவன் கொண்டுவரும் வட்ட வண்டி நீரில் மிதப்பதற்கு ஏதுவாக வட்ட வடிவில், ஒருஆள் உள்ளே உட்கார்ந்து இருக்கும் அளவிற்கு இடமும், கொஞ்சம் விரிவாகவும் இருக்கும். தகரத்தால் ஆனது. முக்கியமாக, அந்த வட்டத் தகரத்தில் ஓட்டை இருந்தால் நீர் உட்புகுந்துவிடும். நீரில் மூழ்கவேண்டியதுதான். வட்டயில் அவன் ஏறும்விதமே தனிதான். அதைப் பார்த்துக் கொண்டிருப்பது வியப்பாக இருக்கும். அவன் ஏறும்போது, எங்கே ஒரு தடவையாவது விழுந்து விடமாட்டானா என்ற எரிச்சல் கலந்த ஏக்கத்துடன் பார்ப்பது வாடிக்கையாகிவிட்டது. அவன் காலை பக்குமாகவும் மெதுவாகவும் உள்ளே வைத்து விழுந்துவிடாதபடி வட்டயின் நடுப்பக்கத்தில் ஏறி உட்கார்ந்துவிடுவான். உட்கார்ந்த நிலையிலேயே தன்னை சமநிலைப்படுத்திக் கொண்டு, இரண்டு கைகளாலும் நீரைத் தள்ளி விட்டபடி முன்னேறிச் செல்வான். அப்படியே இலைகளையும், பூக்களையும் பறித்துச் செல்வான். முதலில் பறிக்கும் இலைகளை மடிமீது வைத்துக்கொள்வான். அவன் போர் தொடுத்துச் சென்றபின்னர் குளத்தைப் பார்க்க, ஆடையின்றி இருப்பவளைப்போல காட்சியளிக்கும். நாரைகளும், கொக்குகளும், கானாங்கோழிகளும், கம்பங்கோழிகளும் குளத்தின் கரையோரத்தில் நின்று வேடிக்கை பார்த்தவண்ணம் இருந்தன. மீன்கொத்திப் பறவைகள் பறிக்கப்பட்ட தாமரை மலரின் தண்டுப்பகுதியில் நின்றுவிட வேண்டும் என்ற எண்ணத்தில் முயற்சி செய்துகொண்டிருந்தது. முயற்சி வீண்போகவில்லை.

தாமரைத் தண்டு, பறவை நிற்பதற்கு தன்னை வளைத்துக் கொடுத்தது.

அந்த வட்ட வண்டிக்காரன் வட்டயை குளத்தின் கரையிலுள்ள வேப்பமரத்தின் அடியில் கமத்திப் போட்டுகிட்டுத்தான் போவான். "நாம எல்லோரும் சேர்ந்து அவன் வாறதுக்கு முன்னாடியே நாம போய் எடுத்து விளையாடிவிடலாம் சரியா?" என்றாள் கவிதா.

மறுநாள் எல்லோரும் வருவதற்குமுன்னமே கவிதா குளத்தில் வந்து நின்றாள். வட்ட எங்கே என்று சுற்றும்முற்றும் பார்த்தாள். அந்த வேப்பமரத்தின் அடியில் கிடந்தது. வேப்பமரம் வயதான வேப்பமரமாக இருந்தாலும், கிளைகளை நாலாபுறமும் பரப்பியவாறும், பச்சைநிறப் போர்வை போர்த்தியது போன்றும் இருந்தது. சுற்றுவட்டாரப் பறவைகளின் புகலிடமாக இருந்தது. விதவிதமான பறவைகளின் ஒலிகள் வேப்பமரத்தில் கேட்டது. பழுத்த வேப்பம்பழங்கள் அதிகமாக மரத்தில் இருந்தன. வேப்பம் பழக் கொட்டைகளுடன் கூடிய பறவைகளின் எச்சங்கள் அதிகமாக மரத்தின்கீழும், மரக்கிளைகளிலும் காணப்பட்டது. நாரைகள், கொக்குகளின் எச்சங்கள் மரத்தின் கிளைப்பகுதி எங்கும் நிறைந்திருந்தன. பறவைகள் தத்தம் குரலில் இனிமையாகப் பாட, பக்கத்து மரத்தில் இருந்து ராணுவ வீரனைப்போல் தொப்பி அணிந்த தலையுடன் கூடிய மரங்கொத்திப் பறவைகள், இரண்டு மரங்களை பெரும் முயற்சியுடன் கொத்திக் கொண்டிருந்தன. அதைக் கேட்கையில், பறவைகளின் பாட்டுக்கு மரங்கொத்திகள் தாளம் போடும்விதமாக ஒரு இசைக்கச்சேரி அரங்கேறியதுபோல் இருந்தது.

பட்டுப்போன உயரமான தென்னை மரப்பொந்தில் பச்சைக்கிளிகள் குடும்பத்துடன் தங்கியிருப்பதைப் பார்த்து வியப்புற்றிருக்கையில், தாழம்பூவின் வாசம் காற்றில் வருவதை நுகர்ந்தாள். பெரும் படப்பாக வளர்ந்திருந்த கையிதை முள்ளில் தாழம்பூ பூத்திருக்கக் கண்டு, பறிக்க வேண்டுமென யோசனை. குளத்தைச் சுற்றிப்போனால் கண்டிப்பாகப் பறிக்க முடியாது. பூத்திருக்கும் கையிதை முள் தண்ணீரைத் தொடுவதுபோல் வளைந்திருந்தது.

தூரத்தில் அவர்கள் நால்வரும் வருவதைக் கண்டாள். குளத்தின் கரையில் நின்று அடையாளம் கண்டு கைகளை அசைத்தபடியே

வரவேற்றாள். அவர்கள் அருகே வந்தவுடன் கோபப்பட்டு ஆளாளுக்குத் திட்டினார்கள்.

“எதுக்கு எல்லாரும் என்கிட்ட கோவப்படுய...”

“கோவமா படணும், உன்ன அடிக்கணும்டி. உங்க வீட்ல தேடிப்போனா உங்க அத்த இருக்காளே என்னா பேச்சி... கேக்கமுடியாம ஓடியே வந்திட்டோம்” என்றார்கள்.

“சரி, அத விடு. இங்க பாருங்க வட்டத் தகரம், பிறகு அங்க பாருங்க, தாழம்பூ, எப்படிப் பறிப்பது?” என்று ஆவலுடன் அவர்கள் கேட்க,

“இந்த வட்டயில ஏறி உட்காந்திரலாம். அப்படியே கையை வைத்து நீரைத் தள்ளித் தள்ளிவிட்டு அதன் பக்கத்தில் போய்ப் பறிச்சிரலாம்.”

இப்படி பேசிக் கொண்டிருக்கும்போதே செயலில் இறங்கினாள் ஜெயா. அந்த வட்டயில காலை வைத்து ஏறவும் பொத்தென்று நிலைதடுமாறி நீரில்விழ வட்ட கவிழ்ந்தது. பின்பு நான், நீ என்று போட்டிபோட்டு ஏற அனைவரின் முயற்சியும் வீண். இனி என்ன செய்யலாம் என யோசித்தவாறு இருக்க, வட்டைக்குச் சொந்தக்காரன் வருவதைக் கண்டு, ஓடிவந்து ஒன்றும் தெரியாததுபோல் குளத்தின் படிக்கட்டில் வந்து அமர்ந்துகொண்டார்கள். அவன் வந்தான், வட்டயை எடுத்து தலையில் வைத்தபடி அடுத்த குளத்திற்குப் போய்விட்டான்.

“அவன் எடுத்திட்டுப் போனா போறான், நாம எல்லாரும் பாவாடையில் பலூன் எடுத்து மூச்சு வாங்காமல் ரொம்பநேரம் தண்ணியில நிக்கலாம்” எனச் சொல்லிக்கொண்டே செய்து காட்டினாள் சோபி. அதேபோல், நாலுபேரும் பாவாடைக்குள் காற்றைப் புகுத்தி காற்று வெளியேறிவிடாமல் இறுக்கமாக பாவாடையின் நுனிப்பகுதியை சேர்த்துப் பிடித்துக்கொண்டு ரொம்பநேரம் நீரில் மிதந்தார்கள். கவிதா கேட்டாள்:

“தாழம்பூ எப்படிப் பறிக்கியது?”

“வேண்டாம்டி மக்கா, அதில பாம்பு இருக்கும், கொத்திரும். தாழம்பூ வாசனைக்கு பாம்பு வரும்னு சொல்லுவாங்க.”

“அதெல்லாம் ஒண்ணுமில்ல. அது பெரிய படப்பாவும் பாம்புக்கு பாதுகாப்பாவும் இருக்கில்ல. அதனால அது ஒருவேள, அங்க

தங்கியிருக்குமாயிருக்கும்” என்று சொல்லிக்கொண்டே கவிதா நீச்சலடித்து கொஞ்சதூரம் சென்றுவிட்டாள்.

“ஏய், பாத்துப் போ. முடியலண்ணா வந்துரு” என்று பயம் காட்ட, துணிச்சலுடன் நீந்திச் சென்று முள்ளை பற்றிப் பிடித்து, கைகளில் குத்திய முள்ளை வாயினால் உருவி எடுத்துவிட்டபடி பூவைப் பறித்துவிட்டாள். பறித்த பூவை வாங்குவதற்கு இடைவழியிலேயே அவர்கள் நான்குபேரும் நீந்தி வர, அவர்களிடம் கொடுத்துவிட்டு சிரமமில்லாமல் நீச்சலடித்து கரையை நோக்கி வந்தாள். வந்தவள் படிக்கட்டில் உட்கார்ந்துகொண்டே கைகளைப் பார்த்தாள். கைகளில் முள் குத்தியிருப்பதும் ஆங்காங்கே ரத்தம் கசிந்திருப்பதும் தெரிந்தது. ஒருபக்கம் வலி தாங்கமுடியாமல் இருந்தாலும் அதைவிட சந்தோஷம் அதிகமாக இருந்தது.

கரையில் உட்கார்ந்தபடி, நீரில் கைகளை விட்டு தட்டித்தட்டி விளையாடிக்கொண்டே கானாங்கோழிகளும், கம்பங்கோழிகளும், நீரில் மிதக்கும் இலைகளின்மீது ஒய்யாரமாய் நடந்துசெல்வதைப் பார்க்கப் பொறாமையாக இருக்கு. எனக்கும் இப்படியொரு கால்களும் உடலமைப்பும் இருந்தால் கோழிகளுடன் போட்டிபோட்டு நடக்கலாம். கைதை முள் குத்தாமல் தாழம்பூ பறித்திருக்கலாம். ரொம்பநேரம் நீரில் கால்களை வைத்திருந்ததால் கால்களை மெதுவாக அசைத்தாள். கனமாகவும், வழுவழுப்பாகவும் இருந்தது. என்னவோ ஏதோவென்று கால்களை இழுத்துப் பார்த்தாள். அலறியடித்து ‘ஓ’வென்று கத்தினாள். கால்களை அசைத்தவுடன் கால்களில் சுற்றிய நீர்ப்பாம்பு, தன் பிடியைத் தளர்த்தி ஓடியது. மூச்சு படபடக்க, கால்களைத் தடவிப் பார்த்தாள்.

“அப்பவே நாங்க சொன்னோமா, அந்தப் பூவப் பறிக்காத, பறிச்சா பாம்பு வரும்ணு...”

“அட போங்கட்டி, ரொம்பநேரம் கால அசைக்காம நீருக்குள்ள வச்சிருந்ததால, பாம்பு வந்து சுத்திக்கிச்சி” என்று சொல்லிக்கொண்டே, பாம்பு எங்கயாவது கடிச்சிருக்குமோ என்று படபடப்புடனே இருந்தாள். வீட்டிற்குப் போகும் வழிநெடுக தாழம்பூவைப் பிய்த்து பங்கு போட்டுக்கொண்டே சென்றார்கள்.

“இனி, கொஞ்சநாள்தான் கொளத்தில தண்ணியிருக்கும். அப்புறம் படிப்படியாய் குறையும். ஏப்ரல், மே மாசம் மீன் பிடிப்பாங்க.” வருத்தத்துடன் பேசிக்கொண்டே வந்தார்கள்.

அப்போது ஜெயா குறுக்கிட்டு, "போன வருஷம் மீன் பிடிக்கும்போது நடந்தது ஞாபகம் இருக்கா?"

"ஆமா, எப்படி மறக்கமுடியும்" கவிதா, அந்த நினைவுக்குள்ளேயே பேச்சு மூழ்கிப்போயிருந்தது. கவிதாவின் அண்ணன் குளத்தில மீன் பிடிக்கிறப்போ திருவிழா பட்ட பாடாய் ஊரே திரண்டுவந்து குளத்தில மீன் பிடித்தார்கள். அவன் நிறைய சிலேபி மீன்களும், கையிலி மீன்களுமாகப் பிடித்து ஓலைப்பெட்டிக்குள் நிரப்பி கரையில் கொண்டுவந்து தட்டிக்கொண்டிருந்தான். தண்ணிக்குள் தடவியபடி, "அண்ணா, ஒரு பெரிய மீன் கையில பிடிச்சிவச்சிருக்கேன்" என்று அருகில் மீன் பிடித்துக் கொண்டிருந்தவனை அழைத்தான். அவன்,

"இரு ஆக்கொத்தி எடுத்துக்கிட்டு வாரேன், விட்டிராத. விலாங்கு மீனாயிருக்கும். அது பிடிச்சா வழூவி ஓடிரும்." கவிதாவின் அண்ணன் பலமாகப் பிடித்திருக்க, ஆக்கொத்திக் கொண்டு ஓங்கி வெட்ட, அவன் அலறித் துடிக்க, வெட்டியவன் பதட்டத்துடன் பார்க்க, தொழியும் இரத்தமுமாக கலந்துவர, மீனுடன் சேர்ந்து கையும் வெட்டுப்பட்டது. அன்றிலிருந்தே அவன் மீன் பிடிப்பதே இல்லை.

"இந்தத் தடவ குளம் வத்தாமலேயே இருந்தால் நல்லா இருக்கும்" என்றாள் கவிதா.

மாலா குறுக்கிட்டு, "ஏட்டி மக்கா, இந்தத் தடவ குளம் மறுகால் போடணும். அவ்வளவு தண்ணி வேணும். மழை வரும்போது நாம எல்லாம் சேந்து சின்னச்சின்ன ஓடையில இருந்து குளத்துக்குவரும் தண்ணில வைக்கோல் சாவி நெல் இதெல்லாம் ஆங்காங்கே தண்ணி செறுத்து நிக்கும். அதெல்லாம் நாம சரி பண்ணிவிட்டோம் தெரியும்ல. போன வருஷம் அதப்போல இந்தத் தடவையும் செய்யணும். பேச்சிப்பாறை, பெருஞ்சாணி அணைகளிலிருந்து தண்ணீர் திறந்துவிட்டால் சின்ன ஓடை வழியா நமம குளத்துக்குத் தண்ணி வரும். அப்போ மழையும் சேந்து வரணும். இரண்டும் சேந்து வரும்போது, இரண்டு வாரத்தில குளம் நிறைஞ்சி மறுகால் போட்டிரும்" என்றார்கள்.

நிற்காமல் மழை வரும்போதும் இடையிடையே தண்ணீர் குளத்தில் எவ்வளவு வந்திருக்கிறது என்று பார்ப்பதில் அவர்களுக்கு அவ்வளவு ஆர்வம்.

இந்தத் தடவ நல்லா மழை பெய்யணும்னா, நாம எல்லலோரும் சேர்ந்து பாட்டுப் பாடணும்.

அப்பத்தாண்டி மக்கா, நல்லா மழை வரும்.

- அம்ருதா, ஏப்ரல் 2017

## இரவை வெளிச்சமிடும் வானம்

அவள் தங்கியிருக்கும் கட்டடம், ஏரியை ஒட்டிய உண்டு உறைவிடப்பள்ளிக் கட்டடம். அது நிறங்களை இழந்து ஈர நயப்புடன் இருந்தது. சுற்றுப்புறம் சதுப்புநிலம்போல் பொதுக் பொதுக்கென்றே காணப்பட்டது. மாடியில் ஏரியைப் பார்த்தபடி நின்றாள்.

"பாம்பு...பாம்பு..." என்ற குழந்தைகளின் கூச்சல். சிறுவன் ஓடிவந்து, "அக்கா இங்கையா இருக்கீங்க... ஓடி வாங்க" என்றான்.

கீழே இறங்கியவளைப் பார்த்த உண்டு உறைவிடப்பள்ளி நடத்துபவர் சொன்னார்: "அது ஒண்ணுமில்லீங்க... நீர்ப்பாம்புதான். தவளைகள், படுக்குற ரூம் வரைக்கும் சகஜமாக வந்துபோகுது, அதனால பாம்பும் வரப் பழகியாச்சி."

"நீங்க வாங்க..."

"டீச்சர் வர்றது வரைக்கும், அவங்கள அமைதியா இருக்கச் சொல்லுங்க" என்றார்.

அவள் உண்டு உறைவிடப்பள்ளிக்கு வந்து சேர்ந்து இரண்டு வாரமாகிறது. அவர்களை வலுக்கட்டாயமாக அதட்டிச்சொல்லும் மனம் இல்லாதவளாகக்

காணப்பட்டாள். அவளைக் கண்ட குழந்தைகள் தடுமாற்றம் இல்லாமல் குடும்ப உறுப்பினர்களிடம் பழகுவதைப்போல் பேசிக்கொண்டார்கள். குழந்தைகள் குளித்துச் சீருடை அணிந்திருந்தனர். சில குழந்தைகள் கலர் ஆடை உடுத்தியிருந்தனர். முன்னறையில் வகுப்புவாரியாகப் பிரித்து உட்காரவைத்தாள். அழுகை, சிரிப்பு, கூச்சல், விளையாட்டு, சண்டை இவற்றுக்கு நடுவே வெளியில் நோட்டமிட்டவாறே இருந்தாள்.

வகுப்பிற்குள் நுழைந்த ஆசிரியருக்கு வணக்கம் சொல்லி உட்கார்ந்துகொண்டனர் மாணவர்கள். சற்றுநேரத்திற்குப் பின் அவரின் அதட்டலில் அமைதியானார்கள். குளியலறைக் குழாயில் நீர் வடிந்துகொண்டிருக்கும் சத்தம் கேட்டது. அதை நிறுத்துவதற்காக உள்ளே சென்றாள். கரண்டைக்காலுக்கு மேலே வரை நீர் தேங்கி நின்றது. உணவுகள் அடைத்துக் கிடந்தன. கழனியின் வாடை, கழிவறை சுத்தம் செய்யப்படாமலும், கதவுகள் உடைந்தும் இருந்தது. தண்ணீர் வடியவேண்டுமானால் கட்டடத்தின் மறுபக்கம் ஏரியின் கரையோரத்தில் இறங்கி நின்று நீளக்குச்சியால் சரிசெய்ய வேண்டும். புதர்கள் நிறைந்த பகுதியில் யாரும் அதைச் செய்யத் துணியவில்லை. நீரானது மெதுவாக வடிந்துகொண்டிருந்தது. குளியலறை ஓட்டையில் அடைந்திருக்கும் காய்கறித் துண்டுகள், சாதம் இவற்றை அப்புறப்படுத்தினால் ஓரளவிற்கு நாற்றம் வராமல் இருக்கும். குழாயை துணிவைத்து இறுக்கமாக மூடிவிட்டு, பொறுப்பானவரிடம் சொன்னாள்:

"அதுக்குத்தாம்மா உங்கள வச்சிருக்கோம். இதுங்களுக்க அட்டகாசம் தாங்கமுடியல."

"பிள்ளைங்ககிட்ட கண்டிப்பா நடந்துக்கிட்டீங்கன்ன சொல்லுவார்த்த கேக்கும். இல்லன்ன இப்படித்தான்."

"தண்ணி வடிஞ்ச ஒடனேயே பிள்ளைங்கள நாலுபேர கூப்பிட்டுக்கோங்க. கிளீன் பண்ணச் சொல்லுங்க" என்றார்.

சுறுசுறுப்பாக அன்றைய வேலைகள் முடிந்தன.

பகல் நேரங்களில் அன்னிச்சையாக எல்லா வேலைகளையும் தானே செய்துமுடித்தாலும், இரவு வந்தவுடனே துயரம் அவளைப் பற்றிக் கொள்கிறது. இப்போது தூங்கக் கிடைத்திருக்கும் இரவுகளை நினைத்து சந்தோஷப்படுவதா இல்லை, அவனோடு வாழ்க்கையைத் துவங்கிய நாளில் இருந்தே தூக்கம் தொலைத்த

இரவுகளை நினைத்து வருத்தப்படுவதா? இதுபோன்ற எண்ணங்கள் தன்னை பலவீனப்படுத்துவதாக உணர்ந்தாள்.

இரவுநேரம் தூக்கம் வர மறுக்கும் பொழுதுகளில் எண்ணங்கள் ஆக்கிரமித்துக் கொள்கின்றன. தூக்கத்தில் சத்தமிட்ட குழந்தைகளைப் போய்ப் பார்த்து வந்தாள். தனிமையின் வருத்தங்கள் சிதறி ஓடியபடியே இருந்தன. எண்ணங்கள் ஓங்கி எழுவதும், பின் தானாக சமாதானம் செய்துகொள்வதும், அவளுக்குள் பலர் பேசிச் செல்வதாகவே குழம்பிக் கிடந்தாள். சிந்தால் சோப்பின் வாசனை கொஞ்சநேரமாகவே வந்துகொண்டிருந்தது. சுற்றி ஒருதடவை பார்த்தாள். சோப்பின் கவர், படுக்கும் இடத்தில் கிடந்தது. பிள்ளைகளிடம் குப்பைகளை சரியான இடத்தில் கூட்டிவைக்கச் சொல்ல வேண்டும் என தனக்குள் சொல்லிக்கொண்டாள்.

நினைவுகள் மணத்துடன் இணைந்து கிடக்கின்றன. நெடுநாட்களுக்குப் பிறகு அந்த சோப்பின் வாசனை, அம்மா என்ற நினைவுகளை மீட்டுக்கொண்டிருந்தது. அவளது சின்னவயதில் ஒரு அதிகாலை நேரம். அப்பா வந்திருப்பதாக அவள் பாட்டி சொன்னாள். எப்போதாவது வரும் அப்பாவைப் பார்க்க ஆவலாகத்தான் இருந்தாள். நிறையத் தின்பண்டங்கள் கிடைக்கும். அவளது அப்பா, அவளுக்கு அம்மாவை அறிமுகப்படுத்தி வைத்தார். பாட்டியின் சமையலைவிடவும் அம்மாவின் சமையல் நன்றாக இருந்தது. அன்போடு பார்த்துக்கொண்டாள்.

அம்மாவோடு குளிக்கச்சென்ற நாள் அது. குளத்திற்கு அம்மாவை அறிமுகம் செய்துவைத்தாள். அப்போது உரக்கக் கத்தவேண்டும்போல் இருந்தது. 'குளமே, உன்னைப்போல எனக்கும் எல்லாரும் கிடைப்பாங்க. இங்க பாரு எங்க அம்மா. சொல்லிவை, உனக்குச் சொந்தக்கார மீனுக்கிட்ட. எத்தனை தடவை கடிச்சிருப்ப. இதோ, எங்க அம்மா எனக்கு வாங்கித்தந்த காப்பிக்கலர் ஜட்டி. இனி, குளிக்கும்போதெல்லாம் இதைப் போட்டுத்தான்...' குளத்தோடு பெருமை பேசியே மகிழ்ந்திருந்த காலங்கள் குழந்தைப் பருவத்தோடே முடிந்துபோனது

சோப்பின் கவரைப் போலவே கவனிக்கப்படாமல் போகும் தனிமை. சோப்போடு ஒட்டியிருந்ததின் அடையாளத்தைக் கவரும் மணத்தைச் சுமந்து செல்கிறது. அம்மா என்று வந்தவர்களாவது இருந்திருந்தால் அவர்களிடம் போயாவது ஒதுங்கிக் கொள்ளலாம். இந்த உண்டு

உறைவிடப்பள்ளியில் வந்து தனிமையைச் சுமந்துகொண்டு இருக்கவேண்டாம் என்று நினைத்தாள்.

அப்பா, அம்மாவோடு சில வருடங்கள் சந்தோஷமாகச் சென்றன. இருவருக்கும் இடையில் சின்னச் சின்ன சண்டைகள் பின்பு பெரிதாகின. அப்பா தற்கொலை செய்துகொண்டபிறகு சில மாதங்களில் அம்மாவும் எங்கோ சென்றுவிட்டாள். அப்போதிலிருந்தே விடுதியில் வளர்ந்தவள் இப்போது, விடுதி வாழ்க்கையே தஞ்சம் என்ற தன் நிலையை நினைத்து வருந்தினாள்.

பகலில் கொஞ்சநேரம் மாடியில் நின்றவாறே ஏரியைப் போய்ப் பார்ப்பதை வழக்கமாக்கினாள். குளிர்ச்சியான காற்றில் நீரின் மணம் வருடிச் சென்றது. தங்கியிருக்கும் உண்டு உறைவிடப் பள்ளியில் இருந்து அவள் வீட்டைப் பார்த்தால் சின்னதாகத் தெரியும். அவளது மனம் நீர்ப் பறவைபோல் ஏரியை சுலபமாகக் கடந்து இளநீலக் கட்டடத்திற்குச் சென்றுகொண்டிருந்தது. சென்றபின்பு என்ன செய்ய என்ற கேள்வியை, குறுக்காக யாரோ கேட்டுவிட்டதுபோல் இருக்க, வெறிச்சோடிய வெட்டவெளியை நோக்கினாள். ஏன், இதெல்லாம் வருவதற்குமுன்னே உனக்குத் தெரியாதா? என்ற கேள்வியை அவளுக்குள் இருக்கும் சமூகம் கேட்டுக்கொண்டது. தூரத்தில் பெண்கள் மாடிகளில் துணி காயப்போட்டுக்கொண்டிருப்பது மெல்லிய நிழல் அசைவுபோல் இருந்தது. அங்கிருந்தால் இதை, தான் செய்துகொண்டிருப்பதாக நினைத்தாள். அங்கு செல்வதற்கு இந்தப் பெரிய ஏரிதான் தடையாக இருப்பதாகவும், சிலநேரம் ஏரி மட்டுமே தனக்கு சந்தோஷத்தைக் கொடுப்பதாகவும் உணர்ந்தாள்.

உண்டு உறைவிடப்பள்ளிக்கு வருவதற்குக் காரணமான இரவுகள் இன்னும் அவளுக்குள் விழித்துக்கொண்டிருந்தது. அவன், அவளை வீட்டிலிருந்து இரவு நேரம் வெளியேற்றுவது ஒன்றும் புதிதல்ல. ஏன் விரட்டுகிறாய் என்று அவள் கேட்டதற்கு,

"உன்ன தொட்டதுனாலத்தான் கட்டிக்கிட்டேன். ஆனா ஒண்ணு மட்டும் எனக்குப் புரியுது. நான் அரசாங்க வேல பாக்குறதுனால என்ன ஏமாத்தி ஏங்கூட வந்துட்ட. உன்ன கட்டிக்கிட்டதுனால எனக்கு மனக்கஷ்டம். அதிகமாக குடிக்கவும் செய்யிறேன். அதுனால கடனாளியா இருக்கேன்" என்றான்.

அவனோடு ஒருநாள் குடிப்பவனோ, பலநாள் நண்பனாகிவிடுகிறான், அதிக வட்டிக்குத் தன்பேரில் பணம் வாங்கி அவர்களுக்குக் கொடுப்பது, மற்றவர்களுக்கு லோன் வாங்கவேண்டுமானால் ஜாமீன் கையெழுத்து இடுவது இப்படியாக, தானாகவே பல சிக்கலில் மாட்டிக்கொண்டு முழிக்கும் அவன் நிலையை அவள் அறியாதவள் அல்ல. தெரிந்தும் ஒன்றும் செய்யமுடியாத நிலையில் இருந்தாள்.

சொல்ல நினைக்கும் வார்த்தைகள் வெளிவராமலேயே அவளின் முகத்தின் பாவனையை வைத்தே, அவள் என்ன சொல்ல நினைக்கிறாள் என்பதைப் புரிந்துகொண்டவனாய் தூவிவிடுகிறான், முட்செடியின் விதைகளை.

'நீ என்ன புடுங்கி வாரிக்கொண்டு வந்துட்ட, உனக்க சிப்பியத் தவிர. முடிஞ்சா வேல செஞ்சி எங்கயாவது போய்ப் பொழைச்சிக்க. இல்ல, செத்துக்கூடப் போ. இப்பவே வீட்டவிட்டு வெளியில போ, இராத்திரி போனியன்ன நிறையக் கிடைக்கும். உன்னயெல்லாம் ஒட்டுத் துணியில்லாம நடுரோட்டுல விட்டு வெரட்டணும்.'

வெறுப்பின் உச்சம் தொடும்போதெல்லாம் அடிக்கடி இதே பதில் அவளை என்னவோ செய்தது. அவன் பதிலைப் பொருட்டாக எடுத்துக்கொள்ளாவிட்டாலும் வீட்டில் இருந்து வலுக்கட்டாயமாக வெளியேற்றப்படுவதால் நிர்கதியான நிலையை உணர்ந்தாள்.

செருப்பிற்கும் காலுக்கும் இடையே மாட்டிக்கொண்ட கல். நடையில் சுமூகமில்லாத நிலை. அன்று மட்டும் அப்படியொரு சம்பவம் நடக்காமல் இருந்திருந்தால் எவ்வளவு நிம்மதியாக இருந்திருக்கும். எப்படித்தான் சண்டை போட்டாலும் சிலநேரம் அமைதியாகவே கடந்துபோகும் நாட்களுக்காக அவனோடு இருந்தாள்.

நிழல்களின் நிறத்தில் பயணப்படுவது அச்சப்படும் ஒன்றானது. என்றோ ஒருநாள், உணர்வுகளின் உச்சியில் திளைத்திருந்தபோது நீ என தாய் விருட்சமென மெய்யால் புணர்ந்த தருணம் புலம்பியதாக அவள் நினைவு. காட்டுக் கூச்சலிட்டு கிளையையும் இலைகளையும் உதிர்த்து பறவைகளையும் இடம்பெயரச் செய்வதுதான் விருட்சத்தின் அழகா. எண்ணங்களை கட்டுப்படுத்தியவளாக இரவை எதிர்கொள்ள நடந்தாள்.

முந்தைய இரவுகளின் பயத்தைவிட இப்போது கொஞ்சம் அதிகமாகவே இருந்தது அவளுக்கு. கடைகளில் சட்டர்களை இழுத்துமூடும் சத்தம். நியான் விளக்குகளின் ஒளி இன்னும் சிறிதுநேரத்தில் உறங்கக் காத்திருக்கும் தார்ச்சாலைகள். நீருக்குள் மூழ்கியபடியே இருந்து திறந்துகொள்ளும் விழிகளில் தெரியும் மங்கலான காட்சிகள் எங்கும். இன்று இரவை மட்டும் கடந்துவிட வேண்டும். தெருக்களைக் கடந்து மெயின் ரோட்டை எட்டியிருந்தாள். தொலைநோக்கிக்கான கண்களைச் சுமந்து சென்றாள். பெருத்த சத்தத்தைவிடவும் மெதுவாகப் பேசும் பேச்சுகள் எண்ணத்தில் சீக்கிரமாக வந்தடைந்து நிறைத்துக்கொள்கின்றன. அவனது இசைவுகளும் அப்படித்தானே இருந்தது.

எவ்வளவு மௌனமான இளநீல நிறச்சுவர்கள். எல்லா உணர்வுகளையும் ஒரே கொட்டாவியில் உள்ளே அமுக்கிவிடும் ஒரு ராட்சதனின் தோற்றம். தனக்குத்தானே பேசுபவளாக.

அவரவர் வீட்டிற்குள் முடங்கும் நேரம் வெளியில் உலவுவது வேதனை. எத்தனை நாளைக்குத்தான் இப்படிக் கடத்துவது. யாருக்கும் தெரியாமல் ஆந்தையைப்போல் விழித்திருந்து. காலையில் போய் இரவில் நடந்ததைப்பற்றி பேசினால் மீண்டும் வெளியேற்றப்படுவோம் என்பதை நினைவில் வைத்தவாறே, காலை வேலைகளை செய்து முடித்து, கிடைக்கும் வேளைகளில் தூங்கி எழும்பி மீண்டும் இரவு வரும்போது இன்றேனும் இவ்விடம் நிலைக்காதா என்ற நினைப்புடனே தவிப்பும். இரவுகளை ஒரு ஆடையைப்போல் போர்த்திக்கொண்டு முடங்கும்போது மெல்ல ஆயிரம்கால் அட்டையைப்போல் உடல் முழுவதும் ஊர்ந்து செல்கிறது அவனது இரவுக்காமம். தன்னுடல் கவசத்தைக் கழற்றிய நண்டு பலவீனமாகிக் கிடக்கும் இரவுகள் தனக்கானது என்ற நிம்மதி அவளுக்குள்.

எங்குபோவதென இருட்டிடம் ததும்பிய குரலில் கேட்டாள். இருட்டும் பெருத்த மௌனமாகி இளநீல நிறச்சுவரைப்போல் இருந்தது. சுற்றிலும் ஒருமுறை பார்த்தாள். ரோட்டின் மறுமுனையில் இருந்த சினிமா தியேட்டரின் உள்ளே போய்விட்டால். குறைந்தது இரண்டு மணி நேரத்தையாவது கடத்திவிடலாம் என்று நினைத்தாள். இரவுநேரம் வந்தாலே மறைத்து ரூபாய்களை வைத்துக்கொள்வதை வழக்கமாக்கிக் கொண்டாள். வியர்வையில்

நனைந்திருந்த இரண்டு நூறுரூபாய் நோட்டுகளில் ஒன்றை எடுத்து டிக்கெட் கவுன்ட்டரில் கொடுத்தாள். பெண்களின் கூட்டம் நிற்கின்றதாவென நோக்கினாள். இரவுக் காட்சிக்கு கூட்டம் சுமாராகவே இருந்தது. இருட்டில் இருக்கையைத் தேடி உட்கார்ந்துகொண்டாள். நடந்த களைப்பிற்கு ஆறுதலாக இருந்தது. அடுத்து என்ன செய்வது என்ற யோசனையிலேயே இருந்தாள். திரைமுழுவதும் அவள் எண்ண ஓட்டங்களே ஓடிக்கொண்டிருந்தன.

அவசரப்பட்டுவிட்டோமோ... இன்னும் எத்தனை நாளைக்குத்தான் தாங்குவது. வீட்டின் வெளியிலாவது இருந்துகொள்ளலாம் என்றால் அதற்கான வாய்ப்பேயில்லை. படம் முடிந்து சிறிதுநேர தலைச்சுற்றல் வலியோடு எழும்பி நடக்கலானாள். இருட்டு எல்லாவற்றுக்கும் சாதகமாகவே இருப்பதாக உணர்ந்தாள். காலை விடிந்துவிடும் முற்றிலும் இந்நிலையில் இருந்து விடுபட்டு விடலாம் என்ற எண்ணம் மட்டும் விடாமல் துரத்திக்கொண்டே வந்தது.

இதற்கு முன்னால் குடியிருந்த வீடுகளிலாவது மாடிப்படிகளுக்கு கீழே உட்கார்ந்துகொள்ளலாம். காலையில் எல்லாருக்கும் நல்லவனாகத் தோற்றம் காணுவதும், இரவுநேரம் ஓநாய்போல வேட்டைக்கான மூர்க்கத்தோடு காத்திருக்கும் அவனைப் புரிந்துகொள்ளவே முடியாத புதிராகவும் இருந்தது அவளுக்கு. மாதத்தில் மூன்று, நான்கு முறைகளாவது வீட்டிலிருந்து வெளியேறுவதை வழக்கமாக்கிக் கொண்டவனை எப்படிப் புரியவைப்பது. இல்லை எப்படித்தான் திருத்துவது. பலமுறை சொல்லியும் மீண்டும் இதே நிலை.

மூன்று மாதங்களுக்குமுன் மகளிர் காவல் நிலையத்திற்குப் போன பிறகுதான் இரவு வெளியில் விரட்டுவது அதிகரித்துள்ளது. அதனால் இனிமேல் அந்த முயற்சியை எடுப்பது சரியில்லை என்று நினைத்துக் கொண்டாள். கதவைப் பூட்டிவிட்டு என்னதான் செய்வான் என்றும் பார்க்க முடிவதில்லை. வீட்டில் உள்ள டி.வி. மட்டும் உறங்காமல் அவனோடு சத்தமாக மல்லுக்கட்டி கிடக்கும். அறையின் இளநீலச் சுவருக்குள் இரவுநேரம் கரைந்துபோகும் காற்றாய் இருந்துவிட்டால் நலம் என்றே நினைத்தாள்.

இதற்குமுன்னால விரட்டும்போது பக்கத்துவீட்டு மிலிட்டரி தாத்தா பார்த்து சத்தம் போடவே, வீட்டிற்குள் அனுமதித்தான். எப்போது எழுப்பி விரட்டிவிடுவானோ என்ற பயத்தோடு

படுத்ததினால் தூக்கத்தை துரத்தியடித்துக்கொண்டே இருந்தது மனம். நினைத்ததுபோல் நடந்தும்விட்டது. கண்கள் எப்போது ஓய்வுகொண்டது என்று அறியாத சாமத்தில் கண்களைத் துடைக்கக்கூட அவகாசம் இல்லாதவளாய் வெளியில் தரதரவென இழுத்து வெளியற்றப்பட்டாள். கதவும் தாழிட்டுக்கொண்டது.

காலையில் மிலிட்டரி தாத்தா அவளை விசாரித்தபோது உண்மையைச் சொன்னாள். அவர் வருத்தப்பட்டவராய், 'இந்த பித்துப்பிடிச்சவனோடு வாழ்வதைவிடவும் இங்கிருந்து போய்விடு' என்றார்.

இங்கிருந்து எங்கு போவது? காலம் அவளைத் தனிமைப்படுத்தி விட்டிருந்தது. தனித்து எங்கும் போனதில்லை. துணிந்து முடிவெடுக்கும் தைரியமும் இல்லை. சொந்த ஊர் அல்லாத மகளிர் காவல் நிலையம் சென்றதுகூட, கேட்க நாதியற்ற தன்மையினால்தான். அவனில்லாத பகல் கொஞ்சம் ஆறுதலைக் கொடுத்தது. இத்திக்கொடி படர்ந்து செழித்து வளர்வதை அந்த மாமரத்தால்கூட தடுத்து நிறுத்தமுடியாத நிலை. விம்மி வெடிக்கும் கண்ணீர்த் துளிகளை இருட்டின் முகத்தில் வீசி எறிந்தவளாக சிறிதுதூரம் கடந்தபோது, அடர்ந்த வனப்பகுதிக்குள் இருப்பதுபோல் காட்சிதந்த பேரூராட்சி வளாகம். மெயின் கேட் சற்று இடைவெளி விட்டிருந்தது. காலை நேரங்களில் பேரூராட்சியின் அழகே தனிதான். பன்னீர்ப்பூக்கள் நடக்கும் வழியெங்கும் பரந்துகிடக்கும். மஞ்சள் கொன்னையின் பூவிதழ்கள் வழியெங்கும் நிறைந்திருக்கும் மஞ்சளும் வெள்ளையும் கலந்த பூப்போர்வையின் மேலே மனிதர்கள் நடந்து செல்வார்கள்.

நீண்ட வராண்டா அவளுக்காகவே காத்திருப்பதுபோல் கிடந்தது. தெருநாய்கள் ஆங்காங்கே பதுங்கி தூங்குவதுபோல் பாசாங்கு காட்டிக் கிடந்தன. அவளைக் கண்டதும் சில நாய்கள் மட்டும் குரைக்க முற்பட்டது. குனிந்து கல்லெடுத்து எறிவதுபோல் போக்குக் காட்டியதும் புறந்தள்ளி ஓடின. சில நாய்களுக்கு அவளைத் தெரிந்திருந்தது. எப்போதும் அந்தவழியாகப் போய்வருவதுண்டு.

வளாகத்தை ஒட்டிய தெருவிளக்கின் ஒளி, மரங்களினூடே சிதறி வெளிச்சத்தைக் கொடுத்தது. வெளிச்சம் இல்லாத இடத்தில் போய் ஒதுங்கிக்கொண்டாள். இருட்டைப் பார்த்துப் பதுங்குவது சிறுகுழந்தையில் விளையாடிய விளையாட்டுதான் ஞாபகம். வெளிச்சமான வீட்டிற்குள் மூலையில் பாயைச்

சுருட்டிக்கொண்டு உள்ளுக்குள் பதுங்கிக்கொள்வது. பலவாறு எண்ணங்கள் மோதிக்கொண்டபோதும், இருட்டில் தெரிவதெல்லாம் என்னவென்று கூர்ந்து நோக்கினாள். அறைக்குள் இருக்கும்போது சின்ன இடைவெளி தெரிந்தால் அங்கேதான் கவனமும், கூடவே பயமும். அடைபடாத திறந்தவெளிக்குள்ளும் பயத்தின் தேடல். திரும்பி வீட்டிற்குப் போய்விடலாமா என்று எண்ணினாள். எத்தனையோ இரவுகளை வீட்டிற்கு வெளியேதான் கழித்திருக்கிறாள். இப்போதுதான் முதல்முறையாக வீதியில் வந்தது தவறு என்று எண்ணும்போது மனதில் பயம். இதுதான் சரி என்றபோது அதை எதிர்கொள்ளும் தைரியமும் வருகிறது. போனாலும் பூட்டப்பட்ட வீட்டின் கதவு விடிந்தே திறக்கும்.

இந்த இரவில் தனக்கு ஏதாவது நிகழ்ந்துவிட்டால். ஐயோ மணி என்ன இருக்கும். ஏதோ ஒரு வேகத்தில் வந்தாச்சு. என்ன செய்ய இந்த இரவை, இதில் கழித்தேதான் தீரணும். ஏற்கெனவே மிலிட்டரி தாத்தா சொன்னதை ஞாபகப்படுத்திக்கொண்டாள். உண்டு உறைவிடப்பள்ளியில் வேலை வாங்கித் தருவதாக. அதைக் கேட்டுப் பார்த்திடனும். அவர் வீட்டுக்குப் போகணும் என்றாலும் தூரமாக நடக்க வேண்டும். வீட்டிலிருந்து வரும்போதே போயிருக்கலாம்.

முதுகும், இடுப்பும் வலித்தது. ரொம்பநேரம் அப்படியே உட்கார்ந்து இருந்ததால் வலிக்கிறது என்று நினைத்தபோது கால்களுக்கிடையில் நசநசப்பை உணர்ந்துகொண்டாள். உடல் அந்த மிதமான குளிரிலும் வியர்த்தது. தண்ணீர் தாகம் எடுத்தது. தியேட்டரை விட்டு வரும்போது அந்தக் கடையில் இருந்து தண்ணீர் பாட்டில் வாங்கியிருக்கலாம். இந்த இரவில் எந்தக் கடைகளும் இல்லை. வெளியில் போவதும் பயமாக இருந்தது. பக்கங்களைப் புரட்டுவதுபோல் இந்த இரவை புரட்டிப் போட்டுவிட்டால் என்ன? கூர்காவின் விசில் சத்தம், கை கோலை வைத்து தட்டித் தட்டிச் செல்வது உயிருக்கு உத்தரவாதம் கொடுத்தது. நல்லவேளையாக நாய்கள் உறங்கத் தொடங்கியிருந்தன. மரத்தில பறவைகளின் சத்தம் சின்னதாய் விட்டுவிட்டு கேட்டுக்கொண்டிருந்தன. சாலையில் லாரிகள் போவது கடல் அலையின் சத்தம்போலவே கேட்கிறது. யாராவது இந்த நேரம் தன்னைப் பார்த்தால் எப்படி நினைக்கத் தோன்றும். சிலமாதங்களுக்கு முன்னால்தான் பள்ளிவாசலின் அடுத்த தெருவில் திருட்டுச் சம்பவம் நடந்ததை நினைத்தாள்.

சுற்றுப்புறத்தைப் பற்றிய சிந்தனையை உடைத்தெறியும்விதமாக அந்த எண்ணம்தான் வேகமாக வந்துபோயின. எது நடந்தாலும் பரவாயில்லை. வாழ்க்கைக்கான பாதுகாப்பே இல்லாதபோது பயம் ஒரு கேடா. எதை பாதுகாப்பென்று நினைப்பது? தன்னைத்தானே பாதுகாத்துக்கொள்ளுவதுதானோ? உலகில் பிறந்த எல்லா உயிருக்கும் உள்ளதுதான். தனக்கு மட்டும் என்ன விசேஷமா. என்னதான் பயமாக இருந்தாலும் தூக்கம் கண்ணை கிறங்கடித்துக்கொண்டேயிருந்தது. நேரம் கடந்துகொண்டே சென்றது.

பறவைகள் சத்தம்போட ஆரம்பித்திருந்தன. மின்விளக்கின் வெளிச்சத்தில் வீடுகளும் விழித்துக்கொண்டன. பள்ளியில் பாங்கு ஒலிக்கும் சத்தம் முடிந்தவுடன் விரைந்து மணிகளை அடித்தபடியே பால்காரர்கள் சென்றுகொண்டிருந்தனர். அதிகாலையின் பரவசம் மெல்லென புத்துணர்ச்சியைக் கிளப்பிவிட்டது. கண் எரிச்சல் உடல்சோர்வு. அடக்கிவைத்திருந்த இயற்கை உபாதையை இன்னும் அடக்கமுடியாத நிலை. மங்கலான பகலின் நுனியை பற்றிப்பிடித்தவளாய். ஒதுங்குவதற்கு இடம் தேடினாள். அடிகுழாய் சற்றுத்தள்ளியே வளாகத்தின் ஓரத்திலிருந்தது. தெருக்குழாயில் தண்ணீர் வராத நேரம் இங்கு வந்துதான் அருகிலுள்ளவர்கள் அடித்துச் செல்வார்கள். அடிபம்பில் உள்ள தண்ணீர் குடிக்க ஆவாது. அதை ஒரு நிமிடம் ஓங்கி பலம் பொருந்திய மட்டும் அடித்தபின்னரே தண்ணீர் வரும். அது ஊரையே கூப்பிடுவதுபோல் சத்தம் போடும். இதனால் அடிக்காமல் பயந்தபடியே உட்கார்ந்து இருந்தாள். இன்னும் கொஞ்சம் நேரம்கூட இருந்தால் நேரம் வெளுத்துவிடும். மெதுவாக நடக்கலானாள். அப்போது யோசித்தாள், ஒருவேளை வந்தபிறகு கதவைத் திறந்து தேடியிருப்பானோ. ஏதோ தவறு செய்ததைப்போல மனம் தடுமாறியது. அன்று வெள்ளிக்கிழமையாக இருந்தது. எல்லோர் முற்றமும் அழகான கோலங்களால் அலங்கரித்திருந்தன. நடையின் வேகத்தைக் கூட்டினாள்.

உயிரில்லா உடலைப் பார்ப்பதுபோல் இன்னும் திறக்கப்படாத கதவைப் பார்த்தாள். கதவைத் தட்ட நினைத்தவள் தள்ளினாள். கதவு தானாக திறந்துகொண்டது. மீண்டும் தனக்கு நேர்ந்ததை அவனிடம் முறையிடலாமா? எதைச் சொன்னால் நம்பப்போகிறான், உண்மை எப்போதுமே உணர்ந்தவர்களுக்கு மட்டுமே புலப்படக்கூடிய ஒன்று. எதையுமே கேட்டுக்கொள்ளாமல் காலைக் கடன்களை

முடித்துவிட்டு அறையின் இளநீல நிறச்சுவரை ஒட்டியே வெறுந்தரையில் படுத்துக்கொண்டாள். இரண்டு மணி நேரத்திற்குப் பிறகு வீடு தேடிச்சென்று தாத்தாவைக் கேட்டு அங்கிருந்து செல்வதை உறுதி செய்துகொண்டாள். இனிமேல் இவ்வாறு நடக்காது என்று சொல்லிவிட்டால் இருந்துவிடலாமே என்றும் எண்ணினாள். சாயந்திரம் வரையிலும் அவனைக் காணவில்லை. எப்படியும் இன்று இரவும் வெளியேற்றப்பட்டுவிடுவோம் என்று உறுதியாக உள்மனம் சொல்லியது. உறங்காத இரவுகளை நினைத்து வெளியேறினாள்.

உண்டு உறைவிடப்பள்ளியில் ஐந்து மணிக்கு அலாரம் அடித்தது. படிக்கும் குழந்தைகளையும் எழுப்பிவிடவேண்டும். தன்னுடைய செயல்களை செவ்வனே செய்தாலும் எப்போதும் கால்கள் தானாக மாடிப்படிகளை நோக்கி ஓடுகிறது,

ஏரியின் பாதி இடத்தை அடைத்துக்கிடந்த கருவேல மரங்களும் முட்கள் அடர்ந்த காட்டுச் செடிகளில் பலவண்ணப் பூக்களுமாக. கோரைப்புல் ஆளுயரம் வளர்ந்து கிடந்தன. நீரின் நிறத்தை இறக்கையாகக் கொண்ட தும்பிக் கூட்டங்கள். வெயிலின் தொடுதலில் மினுக்கம் கண்டு கிடக்கும் ஏரி தன்னுள்ளே வந்து சேரும் எல்லாவற்றிற்கும் இடம் கொடுத்து மகிழ்ந்துகிடப்பதாக எண்ணினாள். மூன்று நாட்களாக பெய்துமுடித்த மழையில் வானம் வெளுத்திருந்தது. வெயிலுக்கு இணக்கமாய் இறக்கைகளை அலகால் கொத்தி சீர் செய்தவாறே உட்கார்ந்து கொண்டிருந்தன, நீர்ப்பறவைகள். வித்தியாசமான ஒலிகளுக்கு எச்சரிக்கையுடன் கூட்டமாகப் பறந்து சென்றன கொக்குக் கூட்டமும், மீன்கொத்தி மற்றும் பெயர்தெரியாத பல பறவை இனங்களும். காற்றில் மிதந்துவரும் இறந்துபோன மிருகங்கள், மீன்களின் வாடை குடலைப் புரட்டுவதாகவே இருந்தது.

மதியவேளையில் பள்ளியை ஆய்வு செய்வதற்காக அதிகாரிகள் வந்திருந்தார்கள். பள்ளியில் சரியான சுகாதார வசதி இல்லை என்று சொன்னதால் இடத்தை மாற்றத் திட்டமிட்டிருந்தார் பள்ளி நிர்வாகி.

பள்ளிக் கட்டடத்தின்முன் வந்து நிற்கும் வாகனங்களின் சத்தம் கேட்டவுடன் தன்னை அழைத்துப்போக வந்திருப்பானோ என்றபடி பார்த்து ஏமாற்றமடைந்திருந்தாள். தானே சமாதானமும்

செய்துகொண்டாள். அதெப்படி வருவான், நான் சொல்லாமலேயே வந்தது தப்புதானே என்று நினைத்தாள்.

புதிய கட்டடத்தின் அருகில் ஏரியும் வேறு கட்டடங்களும் இல்லை. எங்கு நோக்கினாலும் வெட்டவெளியாகவே இருந்தது. காற்று மட்டும் வேகமாக அடித்துக்கொண்டிருந்தது. இப்போதெல்லாம் மாடிப்படிகளில் நின்று ஏரியையே தேடினாள். படிக்கும் குழந்தைகளின் அம்மாக்கள் உறவினர்கள் வந்து பார்க்கும்போது அவர்கள் முகத்தில் தெரியும் மகிழ்ச்சி தனக்குரியது என்று நினைத்தாள். அவர்களின் ஏக்கங்களைக்கூட தானே சுமந்துகொண்டாள். லீவு நாட்களில்கூட வீடு திரும்பாத மாணவர்களுமுண்டு அவளைப்போலவே.

- வாசகசாலை, டிசம்பர் 2020

৵ ৶

# கடல் கரம் பற்றிய தடம்

காலை நேரம். கடற்கரை மணல் ஓவியமில்லா வெற்றுக்காகிதமாய் பரந்து கிடக்க. மௌனமாக நின்று அத்தனை ஏக்கங்களையும் பார்வையால் பருகிக் கொண்டிருந்தாள். விழிகளால் முறையிட்டு அமைதியை வாங்கி, கிடைக்கும் நிமிடங்களை கடலோடு செலவு செய்கிறாள். பார்ப்பவர்கள் எல்லாம் அற்பமாய் எண்ணினாலும் அசராத பந்தம் அவளுக்குள். பரந்து விரிந்த ஆழிக்குள் தனிமையில் அமர்ந்து பேசுகிறாள்.

"எம்மாடி ராசாத்தி... வீட்டுக்குப் போ. உங்கம்மா தனியா ஒத்தயில இருப்பா, மழை வேற கருத்துக்கிட்டு வருது..."

அம்மா காணாமல்போனது கிழவிக்குத் தெரியாது போல, மனதில் நினைத்துக்கொண்டே...

"போறன் பாட்டி [illegible] ச்சே, இந்த மழைவேற கொஞ்சநேரம் கழிச்சி வரக்கூடாதா?" புலம்பியதைக் கேட்ட கிழவி,

"என்னடியம்மா சொல்லுதவு... மழைத்துளி கடல்ல பட்டாத்தான் மீன் பெருகும். முன்னெல்லாம் கரைமடிப்புலேயே சூரைமீன், சாளைமீன் பிடிக்கலாம். இப்ப எங்க மீனையே காணோம்.

ஆழத்துலபோனாக் கூட மீன் அதிகமா கிடைக்குறதில்ல. கடல்லேயும் கலப்படம் சேருது. மழையும் வரலே, கடலுக்கு எல்ல வேற வச்சிக்கிட்டு மனுஷனுவள சுட்டுத்தள்ள ஆளும் வச்சிருக்காவோ. மழை வரட்டுண்டியம்மா... கடலும் மழையும், தாயும் தகப்பனும் தெரிஞ்சிக்க... நிறைய நேரம் நிக்காத போ... போ" என்று கிழவி துரத்திக்கொண்டே சென்றாள்.

வீட்டிற்குப் போனா மட்டும், காணாமல்போன எங்க அம்மா வந்திருமா என்ன? இரண்டு நாள் ஆச்சு, இன்னும் வரல... அப்பாவும் தேடியலையிறாரு.

இளைப்பாற மரங்களில் வந்தமரும் பறவைகள்போல தன்னை ஆசுவாசப்படுத்திக்கொள்ள நினைக்கும் பேருந்துகள் கூட்டமாய் நிலையத்தில் வந்தமர்ந்து போய்க்கொண்டிருந்தன. பறவைகளின் விதவிதமான சத்தம்போல பரபரவென்று பல எண்ணங்களோடு முட்டி மோதி, கண்டும் காணாமல் சென்றுகொண்டிருக்கும் மக்கள் கூட்டம். பேருந்துகளின் கரகரவென இஞ்சின் இரைச்சலும் ஹார்ன் சத்தமும் ஒவ்வொருவரும் போட்டுக்கொள்ளும் செருப்பிற்குத் தகுந்ததான காலடி ஓசைகள். டீ க்கடையிலிருந்து வரும் பலகாரம் பொரித்து எடுக்கும் வாசம். டீ ஆத்தும்போது பெரிய சில்வர் கப்பை தட்டிக்கொள்ளும் கண்ணாடி டம்ளரின் ஓசை. கிடைக்கும் சிறிதுநேரத்தில் கடைகளில் தொங்கும் பத்திரிகையின் தலைப்புச் செய்திகளை உற்றுநோக்குபவர்கள். இடையிடையே காற்றோடு கலந்துவரும் மல்லிகைப் பூக்களின் நறுமணத்தோடு மனிதர்கள் ஊதித்தள்ளும் சிகரெட், பேருந்துகள் புகைத்துத் தள்ளும் பெட்ரோல் வாசனையும் கூடவே சிறுநீர் வாடையும் சங்கமிக்கும் கடலாய் பரபரப்பாக இயங்கிக் கொண்டிருந்தது பேருந்து நிலையம்.

முகத்தைத் துணிகளால் சுற்றி மறைத்துக் கொண்டாள். கால்களைச் சுருக்கி பாவாடைக்குள் திணித்துக்கொண்டு அட்டைபோல் சுருண்டு டீக்கடையின் ஓரத்தில் படுத்திருந்தாள். யாரும் திடீரென கண்டுகொள்ளாத ஒதுக்குப்புறமான இடமாக இருந்தது. வேண்டாத பொருட்களை அதன் அருகில் குவித்துவைத்திருந்தார்கள். அது, அவளுக்குப் பாதுகாப்பானதாக ஆகிவிட்டிருந்தது. கால்களை ஆசுவாசப்படுத்திக்கொள்ள நினைத்தவள். மெதுவாக ஆமை தலையை வெளியில் நீட்டுவதுபோல் நீட்டிய காலில் பத்துமணி வெயில் தொட்டது. நடப்பதெல்லாம் கனவில்

நடப்பதாகவே எண்ணிக்கொண்டாள். சூரியனுக்கு மட்டும் என்ன கோபமோ அவள்மீது. 'இன்னும் எத்தனை நாள் தூங்கப்போற, எழுந்திரு!' என்பதைப்போல அவன் கதிர்களால் மெதுவாகச் சுட, தாங்கமுடியாத மென்மையான அவள் மேனியின் நரம்பு மண்டல உணர்வுகள் விழித்துக்கொண்டன. மெதுவாக முகத்தைத் திருப்பி நிலையை உணர்ந்துகொண்டாள்.

எல்லோரும் தன்னை வேடிக்கை பார்ப்பதாய் நினைத்தாள். ஆனால் யாருமே அவளைக் கண்டுகொள்ளவில்லை என்பதை உறுதிசெய்து கொண்டாள். என்னைப் பார்த்தாலும் யாருக்கு அடையாளம் தெரியப்போகுது. அதனால் இந்த ஒன்று நமக்கு இப்போது வசதியாப் போச்சு. நினைவு வந்தவள், முகங்களைக் கைகளால் இறுகப் பொத்திக்கொண்டு விம்மி வெடிக்கும் அழுகையை அடக்கிக்கொண்டாலும் கண்களுக்கு அவளால் அணைபோட முடியவில்லை. இனிமேல் இப்படியிருந்தால் சரிப்பட்டுவராது, முதலில் இது எந்த இடம் என்று தெரிந்துகொள்வோம் என்ற ஆவலில் பேருந்துகளை நோக்கினாள். பேருந்துகளின் ஊர்ப் பலகையை நோக்கினாள். பேருந்துகள் புறப்படும்போது கோயில் மணி அடிப்பதுபோலில்லாமல் சற்றுக் குறைச்சலான மணிச்சத்தம் கேட்டது. நம்மூர் பேருந்துகளில் காதைக் கிழிக்கும் விசில் சத்தம் கேட்கும். இது என்ன மணிச்சத்தம் கேட்கிறது. கேட்கவும் இனிமையாகத்தான் இருக்கிறது. கண்கள் இருட்டி தலைசுற்றுவதுபோல் இருக்க, எழுத்துகளும் மெல்ல மெல்ல மங்கின. பூமி வேகமாகச் சுழன்று ஓடியது. எல்லோரும் வேகமாகச் சுழல அவர்களைக் கட்டுப்படுத்த இயலாமல் கீழே உட்கார்ந்து கொண்டாள்.

ஒருநிலைக்கு வர வெகுநேரமாகியது. உட்கார்ந்தவாறே டீக்கடைக்காரரிடம் செய்கையால் தண்ணீர் கேட்டாள். புரிந்துகொண்டவர், அருகில் இருந்த குடத்திலிருந்து பாட்டிலுக்குள் தண்ணீரை நிரப்பி அவளிடம் கொண்டுவந்து கொடுத்தார். சிலநாட்களுக்குப் பிறகு இப்போதுதான் தண்ணீர் குடிப்பதாக நினைத்தாள். முந்தானையால் முகத்தைத் துடைத்துக் கொண்டவள், அந்த வாடை குடலைப் புரட்டி வாந்தி வரும்படியாக இருந்தது. அவளைக் கவனித்தவாறே இருந்த டீ கடைக்காரர் டீயும் பன்னும் கொடுத்தார். பசியுடன் பயத்தோடு வாங்கிக் குடிக்க கண்ணீர்த்துளிகள் சில டீக்குள் விழுந்து சற்று உப்புக் கலந்த சுவையோடிருந்தது. மெல்ல மெல்ல யோசித்தாள் அப்போதுதான்

புரிந்தது. பேருந்து நிறுத்தத்தில் நின்றுகொண்டிருக்கும்போதே தன் நிலைமறந்து, வந்து நின்ற கேரளத்துப் பேருந்தில் ஏறி அமர்ந்துவிட்டாள். கையில் இருக்கும் பணத்தை நடத்துனரிடம் கொடுக்க, அவர் திருவனந்தபுரம் பயணச்சீட்டைக் கொடுத்தார்.

காண்போரெல்லாம் அவளாகவே தெரிந்தது ராசாத்தியின் அப்பாவுக்கு. யார் பேசிக்கொண்டிருந்தாலும் அவளைப்பற்றி பேசுவதாக எண்ணினார். தன் உடல் சோர்வையும் மறந்து நேரம் கடந்துகொண்டே சென்றது. சாலையோரங்கள் ஒதுக்குப்புறமான இடங்கள் என்று ஒன்றுவிடாமல் தேடியலைந்தார். இரவுநேரங்களில் தேடியலைவது சிரமமானதாக இருந்தது. ராசாத்தி, தனிமையில் இருப்பாளே என்ற எண்ணமும் மனதில் ஓடிக்கொண்டிருக்க, நாளை எப்படியாவது ராசாத்தியை அக்கா வீட்டில் கொண்டுபோய் விட்டுட்டு வந்து தேடவேண்டியதுதான். மறக்காம காவல் நிலையத்திலும் சொல்லிவிடவேண்டும். மனதில் நினைப்பதை சத்தமாகப் புலம்பியபடி வீடு வந்து சேர்ந்தார்.

பசி, தூக்கம், வலி எதுவுமே இல்லாமல் இருப்பது உலகில் இருந்தும் இல்லாமல் இருப்பதென்னவோ ஒரு வினோதமான விளையாட்டுதான். வாழ்ந்து தொலைப்பதற்கும் வெறுப்பாக உள்ளது. மரணத்தை ஏற்றுக்கொள்ளும் இதயமும் இல்லை. என்னை எனக்கே தெரியாத நிலை வரும்போது மரணித்துவிட வேண்டும். வாழ்க்கை நாடகத்தின் அடுத்தபகுதியை எப்படி எதிர்கொள்வது என்று யோசித்தவாறே சிரித்துக்கொண்டாள். சிரிப்பின் ஒலிகேட்டு இவளைப் பார்த்தவர்கள் பரிதாப பயத்துடன் பார்ப்பதைக் கவனித்து அடக்கிக் கொண்டாள். எதையுமே தேடிப் போகவில்லையே! வாழ்க்கையின் ஒவ்வொரு நொடியும் எப்போது அப்படி இருப்பேன் என்ற தீராவலியுடன் கடக்கிறேன். இப்போது எந்த நிலையில் இருப்பேன் என்று என்னைச் சுற்றியிருப்பவர்களுக்கும் போராட்டமே. இங்கிருந்து எப்படிச் செல்ல? எப்படியும் ஊர் போய்ச் சேர? பணம் வேண்டும். யாரிடம் கேட்பது. பிச்சை எடுப்பது பிடிக்கவில்லை. அதையும் செய்துதான் விட வேண்டுமோ? செய்வதறியாது திகைத்தவள், இருந்த இடம்விட்டு நகர்ந்து சற்றுத் தள்ளியே தலையில் கைவைத்தபடி உட்கார்ந்து கொண்டாள். அவளின் செய்கைகளை உன்னிப்பாகக் கவனித்துக் கொண்டிருந்த டீக்கடை முதியவர், ஏதோ புரிந்தவர்போல் அவளிடம் எந்த விபரமும் கேட்காமலேயே உதவி செய்ய முன்வந்தார்.

“நினக்கு எந்தா வேணும்?”

மௌனமாக இருந்தாள்.

எதையாவது எடுத்து எறிந்துவிடக்கூடாதே என்ற எச்சரிக்கையுடனே மீண்டும் கேட்டார்.

தளர்ந்த குரலில் மெதுவாக பேசத் துவங்கினாள்.

“எங்க ஊருக்குப் போகணும்? பஸ்சுக்கு பைசா இல்ல.”

அவருக்குப் புரிந்தது. தாய்மொழி அருமை சேய்க்கு.

முதியவர் பஸ்சுக்கு காசும் கொடுத்து, பேருந்து நடத்துனரைப் பார்த்து, “இந்தம்மாவை பத்திரமா அவங்க எறங்க வேண்டிய இடத்தில எறக்கிவிட்டுருங்க” என்று சொல்லிச் சென்றார்.

“ஆமா... இந்த ஆளுக்கு வேற வேலையே இல்ல, இதப்போல எனக்குத் தெரிஞ்சு இரண்டு மூணு கேசுகளுக்கு ஒதவி பண்ணியாச்சு” என்று முனங்கிக்கொண்டே சில்லறைக்குள் கையை விட்டான். அவை அத்தனையும் அவனைப் பார்த்துச் சிரித்துக் கொண்டன. சன்னலோர இருக்கையில் தலைசாய்த்து உட்கார்ந்து கொண்டாள். கேரள மண்ணிற்கே உரிய பெருமை குளுமையான குளிர்ந்த காற்றும் எங்கு பார்த்தாலும் பச்சைமரங்களின் கொண்டையாட்டும் கிளைகள். ‘இந்த மண்ணுக்கு வந்ததினால்தான் என்னவோ சீக்கிரம் என் மனநிலை சரியாகி வீடு போய்ச் சேருகிறேனோ?’ பஸ்ஸின் வேகத்தைவிட அவள் எண்ண ஓட்டம் நிறுத்தம் இல்லாமல் சென்று கொண்டிருந்தது. வீட்டிற்குச் சென்றால் என்ன நடக்கும், திருப்பி என்னை அனுப்பிவிடுவார்களா? எண்ணங்கள் ஒன்றுடன் ஒன்று முட்டி மோத, தலை வலிப்பதுபோலவும் சுற்றுவது போலவும் இருந்தது. முன்சீட்டில் உள்ள கம்பியில் தலைசாய்த்தபடி வெகுநேரம் தூங்கிப்போனாள். கண்விழிக்கும் சமயம்,

“இறங்குங்க... தக்கலை வந்தாச்சு” என்று நடத்துனரின் குரல் கேட்டவள், துரிதமாக இறங்க முயற்சித்தாள். உடல் சோர்வால் மெதுவாக எழுந்து வர,

“ஏம்மா... சீக்கிரம் வா... இறங்கு.” நடத்துனர் அவசரப்படுத்த, உடல் சோர்வால் மெதுவாகவே கம்பியைப் பிடித்து இறங்கினாள். டீக்கடைக்காரர் கொடுத்த காசு கையில் இருக்கவே, எலுமிச்சை

நீர் வாங்கிக் குடித்துவிட்டு மணவாளக்குறிச்சி பேருந்திற்காகக் காத்திருந்தாள். இன்னும் சிறிது நேரத்தில் பேருந்து வருமென அவளுக்குத் தெரியும். பேருந்தும் வந்தது. மனதிற்குள் பயமும், சந்தோஷமும் மாறி மாறி மறைந்தோடின.

இருக்கைக்குள் தன்னை சரியாகப் பொருத்திக்கொண்டாள். ஆனாலும் தடுமாற்றம் கால்களில். அருகில் வந்து உட்கார்ந்தவள், அருவருப்பான பார்வை பார்த்துவிட்டு, “ஏம்மா… தள்ளி உட்காரு” என்று சொன்னவள், தள்ளி உட்கார்ந்துகொண்டாள். டீக்கடைக்காரர்போல் மனிதர்கள் இருக்கும் வரை மனிதாபிமானம் வாழத்தான் செய்யும். முப்பது நிமிடத்தில் மணவாளக்குறிச்சி வந்திறங்கினாள். இன்னும் சிறிதுதூரம் நடக்க வேண்டுமே என்று சொல்லியபடியே மெதுவாக நடக்க, அலையடிக்கும் ஓசையும் குளிர்ந்த காற்றும் மீன் வாடையும் சேர்ந்தே வர, தன் வீட்டை அடையாளம் கண்டுகொண்டாள். தாயைப் பார்த்த குழந்தை தன்னை தூக்கிச் சுமக்க வேண்டுமென்பதற்காக, ரொம்ப முடியாததுபோல் அடம்பிடிக்கும், அதேபோல, அவளின் செயலும் மாறியிருந்தது. அவள் வீட்டுக்கதவு ஒற்றைப் பாம்படம் போட்டிருந்தது. பல நினைவுகளுடன் திண்ணையில் தூங்கிப்போனாள்.

குளிர்ந்த காற்று மேனியில்பட, மஞ்சள் வெயில் அவள் வீட்டுத்திண்ணையில் அடிக்கடி வந்துபோகும் வாடிக்கையாளர். அந்தி சாயும் நேரம் ஆகிவிட்டதைக் கவனித்தாள். யாரேனும் தெருவில் நடமாடுகிறார்களா என கருங்கல் சுவரைத்தாண்டி பார்வையை மேயவிட்டாள். தூரத்தில் அவள் அதிகமாகப் பேசிச் சிரித்த பேச்சுக்குரல் கேட்கவே நிம்மதியடைந்தாள். தினமும் சாயங்கால நேரம் கடற்கரைக்கு வருவாள் மல்லிகா. அவளேதான் மேலும் பார்வையை அகலமாக்கிக்கொண்டாள். பார்த்துவிட்டாள் மல்லிகா. திண்ணையில் யாரோ சுருண்டு படுத்திருப்பதைப் பார்த்து ஓடிவந்து கட்டியணைக்க, அவள் பிடிக்குள் குழந்தையாக மாறியிருந்தாள்.

“நா எண்ணக்கும் உனக்க வீட்ட பாப்பேன் பாத்துக்க? நீ நிக்கியது போல இருக்கும். பக்கத்தில வந்து பாத்தா அது கானல்நீர் காட்சி. இப்போகூட இது உண்மைதானாண்ணு நெனைக்கத் தோணுது. நீ கவலைப்படாதே. உன்னைத்தேடி ராசாத்திக்க அப்பா அலையிறாரு. ராத்திரி எட்டு மணிக்கெல்லாம் வீட்டுக்கு

வந்திருவாங்க. அவரு வேலைக்குப் போய் பத்து நாளாச்சி. உம்மொவா ராசாத்தி உங்க மையினிக்காரி வீட்டுல நிக்கியா. நீ வா சாப்பிட்டுக்கிட்டே பேசலாம்" என்று அழைத்துச் செல்ல,

வழியில் செல்லும்போது அவளை தாங்கிப் பிடித்துக்கொண்டே நடக்க, மல்லிகா அவளை மாறுவேடப் போட்டிக்கு அழைத்துச் செல்லும் குழந்தையாக எண்ணி நகைத்துக் கொண்டாள். கஷ்டமான நிலையிலும் கேலி செய்து நகைப்பது மல்லிகாவின் குணம். அடுத்தவர்களுக்கு வந்தால் மட்டும் அவள் சிரிப்பதில்லை. அவளுக்கு வந்தாலும் அப்படித்தான் இருப்பாள். மல்லிகா கொடுத்த உணவில் கால் பாதியளவே அவளால் சாப்பிட முடிந்தது. தண்ணீர் மட்டும் அதிகமாகக் குடித்தாள். மல்லிகா கேட்க நினைக்கும் கேள்விக்கு அவளின் பதில் இப்போதைக்குத் தேவையான ஒன்று சலனமில்லாத தூக்கம்.

தெரிந்தவர்கள் தெரியாதவர்கள் என்று ஒருவர்கூட விடாமல் கேட்டுவிடுகிறார். தூக்கத்தைத் தொலைத்துப் பலநாள் ஆனது. சிலநேரங்களில் தன் நிலைமறந்தே தூங்கிவிடுகிறார். சில நேரங்களில் மௌனமாக இருக்கத் தோன்றுகிறது. களைப்புடன் வீடுநோக்கி வரும் வழியில் மல்லிகாவின் குழந்தைகள் சொல்லித் தெரிந்துகொண்டார். நீண்டதொரு பெருமூச்சுவிட்டபடி வேகமான நடையோடு மல்லிகாவின் வீட்டிற்கு வந்தார்.

அவளின் தூக்கத்தைக் கலைக்க மனமில்லாமல் மெல்ல கைவிரலால் தலையைக் கோதிவிட்டார். விரல் நுனியில் சிக்குண்ட மயிர்களை அவளுக்கு வலித்துவிடாமல் மெதுவாக எடுத்துவிட்டுக்கொண்டே தன் வாழ்க்கையின் சிக்கல்களை அவிழ்க்க யோசித்தார். கஸ்தூரி அவர் வாழ்க்கையில் வரக் காரணமாயிருந்ததை அலைபோல் எண்ணங்கள் கரை வந்து சேர்ந்து மீண்டும் கடலுக்கே போய்ச் சேருவதாய் இருந்தன. வியக்கவைக்கும் வாழ்க்கையின் சவால் அது அங்கு காதலைவிட பாசத்திற்கே அடிமையானார். உயரத்தில் கயிற்றின்மேல் நடக்கும் வாழ்க்கை. பதினாறாவது வயதில் மனநிலை பாதிக்கப்பட்டவள். விதவையான நோய்வாய்ப்பட்ட அத்தை அவளின் ஒரே மகள். அவளுக்குப் பதினான்கு வயது இருக்கும்போது பக்கத்துக் கிராமத்தில் உள்ள ஒருவன் அவளை விரும்புவதாகவும் இவளும் அவனை விரும்புவதாகவும் இருக்க, சாதி சமநிலையில் இல்லாததால் காதலுக்கு முற்றுப்புள்ளி வைத்துவிட்டார்கள், பெற்றோர்கள். இதனால் மனநிலை

பாதிக்கப்பட்ட கஸ்தூரிக்கு பலவிதங்களில் மருத்துவம் செய்தனர். காதலித்தவன் வீட்டில் செய்வினை செய்துவிட்டதாகச் சொல்லி அவளுக்கு மாந்திரிகங்கள் எல்லாம் நடத்தப்பட்டது. சடங்கு சம்பிரதாயங்களை நம்பாத கஸ்தூரியின் கணவர் அவளுக்கு மனநல மருத்துவரிடம் கொண்டு சென்று மருத்துவம் செய்தார். மருந்துகள் தற்காலிகமாக உதவின.

திருமணமானால் இவள் சரியாகிவிடுவாள் என்ற நோக்கத்தில் திருமணம் நடந்தது. திருமணம் முடிந்த இரண்டே மாதத்தில் அவள் அம்மா இறந்துவிட்டாள். ஆனால் அவள் எந்த மாற்றமும் இல்லாமல் ஏழு வருடங்களாக அப்படியேதான் இருக்கிறாள். நல்ல நிலைமையில் இருக்கும்போது வீட்டு வேலைகளைச் சரியாக குறிப்பிட்ட நேரத்தில் செய்து முடிப்பாள். பதப்படுத்தாத மீன் பார்த்து பக்குவமாக வாங்கிவரச் சொல்லுவாள். மல்லிகா இவள் குழம்புக்காகவே காவலுக்கு நின்று வாங்கிக் கொண்டு போவாள். 'என்னதான் சமைத்தாலும் நீ சமைக்கிறது மாதிரி வரல' என்று பெருமையாக சொல்லிச்செல்வாள். அவள் சமைக்கும் மீன் குழம்புக்கு மணமும் ருசியும் தனிதான். திடீரென வேறுமாதிரி ஆகிவிடுவாள். இரண்டு மூன்று மணிநேரங்கள் எந்தப் பேச்சும் பேசாமல் அமைதிகாத்து வெறித்துக்கொண்டே இருப்பாள். அந்த நேரத்தில், அவள் கை, கால்களை கட்டிப்போட்டு விடுவார்கள். சிலநேரங்களில் பேசுவதை நிறுத்தவே மாட்டாள். பேசிப்பேசியே நா வறண்டு, வாயின் இரண்டு ஓரங்களில் எச்சில் நுரை உறைந்து காணப்படும். மனநிலை சரியில்லாமல் இருக்கும் நேரங்களில் மாதவிடாய் வரும்போது அவளைச் சுற்றியும் சாலை விபத்து நடந்ததைப்போலக் கிடக்கும். கணவனோ, வேலைப்பளு காரணமாக கவனம் செலுத்த மறந்துவிட்டேன் என்று தன்னை நொந்துகொண்ட நாட்களும் உண்டு.

இரவெல்லாம் அவளுடனே தூங்கி, காலையில் அவளை அழைத்துக்கொண்டு வீட்டிற்குள் நுழைந்தவுடன் குப்பையாக அழுக்கடைந்து கிடந்த வீட்டை சுற்றும்முற்றும் நோக்கினாள். சுவற்றில் மாட்டியிருந்த கடிகாரம் காலம் கடத்திக்கொண்டே போக, நாட்காட்டி மட்டும் 31ம் தேதி என்றேயிருந்தது. என் நிலை மறந்த நாள் அது. என்னைப்போலவே நாட்காட்டியும் நாட்களைக் கடக்க மறந்ததோ. அழுக்கடைந்த வியர்வை வாடையோடு கிடக்கும் அவள் கணவனின் சட்டைகள் கொக்கிக்குள் கழுத்தை மாட்டி ஒன்றுடன் ஒன்று ஒற்றுமையாக இருக்க. வேலைகள்

செய்ய மனம் தயாராக இருக்கு. உடல் பலவீனம் என்றது. அவள் நிலை அறிந்த கணவன் அவளைத் தூங்குமாறு சொல்லிவிட்டு, அவளுக்கு வேண்டிய உணவை சமைக்கத் தொடங்கினார்.

மறுநாள் ராசாத்திக்கு பள்ளிக்கூடம் போகவேண்டும். அதனால் அவள் அழைத்து வரப்பட்டாள். வீட்டின் வாசல்படியைக்கூட தயங்கித் தயங்கி அடியெடுத்து கவனமாக வைத்தாள். சப்தமில்லாமல் மெல்ல எட்டிப் பார்த்துவிட்டுக் கடந்து சென்று,

"அப்பா, நான் கடல் பாக்கப் போறேன்..."

"ம்ம்... எப்ப வருவ? சீக்கிரம் வீட்டுக்கு வந்துரு" என்று சொல்லி அனுப்பும் முன்னமே வீட்டைக் கடந்துவிட்டாள்.

மகள் இங்குள்ள இடங்களை எல்லாமே சர்வசாதாரணமாக கடந்துவிடுவாள் என்று ராசாத்தியின் தந்தைக்குத் தெரியும்.

ஆர்ப்பரிக்கும் அலைகளைத் தூரநின்றே பார்த்து அலைகளுடன் பேசிக்கொள்வாள். பள்ளிக்கூடத்தில் இடைவேளை மணி அடித்ததும் எல்லாக் குழந்தைகளும் தின்பண்டங்கள் வாங்கித் தின்ன கடைக்குச் செல்வார்கள். இவள் மட்டும் கடற்கரைக்குச் செல்வாள். கிடைக்கும் அந்தச் சிறிதுநேரத்திலேயும் கடலை அவள் சந்திக்க மறப்பதே இல்லை. அங்கிருந்து எழும் அலைகளின் வேகத்தை வைத்துத் தன்னைத் தொடும் என்றும், தொடாது என்றும் அறிந்துகொள்வாள். தூரத்தில் தெரியும் படகுகளும் கப்பல்களும் ராசாத்திக்குப் பிடிக்கும் என்றாலும், ஒருநாள் கூட அதில் செல்லவேண்டும் என்று ஆசை ஏற்பட்டதில்லை. சிலநேரங்களில் அமைதியாக இருக்கும் கடலைப் பார்க்க அவள் தாயின் நினைவு வந்துவிடும். அப்போது புரிந்துகொள்வாள். அமைதிக்குப் பின் ஏதோ விபரீதம் இருப்பதாகவே பல வருடங்களாக கடலைச் சந்திக்கிறாள். கடல் நீர் அவள் காலில் பட்டதே இல்லை. படவும் அனுமதிக்க மாட்டாள். அப்படியொரு பயம் அவளுக்குள் இருந்தது.

ராசாத்திக்கு நான்கு வயது இருக்கும்போது கிணற்றுப் பக்கத்தில் நின்றுகொண்டிருந்த ராசாத்தியை 'சட்'டெனத் தூக்கி கால்களை கிணற்றின் உட்பக்கமாகப் போட்டு உட்கார வைத்துவிட்டுச் சென்றுவிட்டாள், ராசாத்தியின் அம்மா. நாற்காலியில் உட்காருவதைப்போல அவள் அமர்ந்த நிலையிலேயே கண்களை இறுக்கமாக மூடிக்கொண்டு, மதில்களை இறுக்கமாகப் பிடித்தவாறே அசையாமல் சத்தமாக அழுதாள். இதைக் கேட்டவர்கள் சிலர்

ஓடிவந்து குழந்தையைத் தூக்கி கீழே இறக்கிவிட்டார்கள். கிணற்றின் ஆழம் அறுபதடிக்குமேல் இருக்கும். இவள் இப்படிச் செய்துவிட்டாளே எனத் திட்டிச் சென்றார்கள். அதிலிருந்து அவள் தாயிடமும், கடலிடமும் அவள் நெருங்கியதே இல்லை. தாயுக்கும் மகளுக்குமான இடைவெளி மனதளவில் நீண்டது என்றாலும் அருகில் இருப்பதாகவே இருந்தார்கள்.

மணவாளக்குறிச்சி மணல் கம்பெனியில் வேலைபார்க்கும் ராசாத்தியின் அப்பா, பதினைந்து நாட்கள் கழித்து வேலைக்குச் சென்றார். வேலைக்கும் சென்றுவிட்டு மனைவியையும் மகளையும் கவனிப்பது அவருக்குச் சிரமமாக இருந்தாலும் வெளியில் காட்டிக்கொள்வது இல்லை. இதைப் பார்த்து வளர்ந்த ராசாத்தி, முடிந்த அளவிற்கு தந்தைக்குச் சிரமம் கொடுக்காமல் நடந்து கொண்டும் தாயையும் அவள் வயது செல்லச்செல்ல நன்றாக கவனிக்கத் தொடங்கினாள். மகள் நன்றாகப் படிக்க வேண்டும் என்பதற்காக 6ம் வகுப்பிலிருந்து பத்தாம் வகுப்புவரை விடுதியிலேயே தங்கவைத்து படிக்கவைத்தார். ராசாத்தி விடுமுறை நாளில் வீட்டுக்கு வந்த இரண்டு நாள் கழித்து, அவள் அம்மா மீண்டும் காணாமல் போனாள். சுற்றுவட்டார இடங்களில் தேடிப் பார்த்தும் அவளைக் காணவில்லை. கவலையோடு இருக்கும்வேளையில் தூரத்தில் கால்களை சற்றுத் தூக்கித் தூக்கி நடந்துவருவது தெரிந்தது. தாயைக் கண்டவள் தாங்கலாக அழைத்து வந்தாள். தெளிவாகவே இருந்தாள்.

“ராசாத்தி... கால் வலிக்குதும்மா?”

“என்னாண்ணு தெரியல. நேத்திலிருந்தே வலி அதிகமாயிருக்கு.” என்று சொல்ல, ராசாத்தி சேலையை விலக்கிக்கொண்டு பார்க்க, பெரிய குழிவிழுந்த புண் அதிலிருந்து சோற்றுப் பருக்கைக்கு உயிர் வந்தால் எப்படியிருக்கும், அப்படி புழுக்கள் நெளிந்துகொண்டு இருக்க துர்நாற்றம் வீசியது. அதைப் பார்த்தவள், கால்களைச் சுத்தம் செய்துவிட்டு மருத்துவமனைக்கு அழைத்துச்செல்லும் வழியில் பெரியவர் ஒருவர் ராசாத்தியைப் பார்த்து,

“ஏம்மா... இந்த அம்மாவுக்கு நாய் கடிச்சது பரவாயில்லையா?” என்று விசாரித்தார்.

“எப்போ... தாத்தா?” என்று ராசாத்தி கேட்க...

“போனவாரம்தான். நான் இந்த வழியா நடந்து வரச்சில, இரண்டு நாய் சேர்ந்து வெரட்டிக்கிட்டு வந்து கடிச்சி. பக்கத்தில பாத்தவங்களும் நானும் சேந்து ஆஸ்பத்திரிக்கு கூட்டிக்கிட்டுப் போனோம். இவங்கள ஆஸ்பத்திரிக்கு கூட்டிக்கிட்டுப் போக ரொம்பக் கஷ்டப்பட்டோம். முதலுதவி செய்து ஊசி போட்டுவிட்டாங்க. திடீர்னு பாத்தா, அவங்களக் காணல. கொஞ்சநேரம் தேடிப் பாத்துக்கிட்டு போயிட்டேன்.”

அவர் சொல்லக் கேட்டுக்கொண்டிருந்த ராசாத்தியின் அம்மா கண்கலங்க நன்றி கூறினாள். அப்போது முடிவெடுத்தாள் ராசாத்தி. இனிமேல் நாம் விடுதியில் தங்கி நின்று படிக்க வேண்டாம் என்று. ராசாத்தியின் அப்பா வேலை பார்த்தும் அவர் ராசாத்திக்கென்று சேமிப்பு எதுவும் இல்லை. வாடகை வீடுதான். மனைவிக்கென்றும் தனக்கு ஏற்பட்டிருக்கும் புற்று நோய்க்கும் பணம் எல்லாம் செலவாகிப் போனது. பள்ளிப் படிப்பை முடித்து மேல்படிப்பிற்குத் தயாராக இருந்தாள், ராசாத்தி. அந்நேரம் அவள் அப்பா, புற்றுநோயால் இறந்துபோனார். அவரின் நோயைப் பற்றி அவர் யாரிடமும் கூறியது இல்லை. அடிக்கடி மருத்துவமனைக்குச் செல்வதும் விடுமுறை அதிகமாக எடுத்துக்கொள்வதுமாக இருப்பார். அவரின் மரணம் பெரிய பலவீனம் என்றாலும் தாங்கிக்கொள்ளும் இதயமும் வேண்டிக்கொண்டாள். இனி வாழ வழியேயில்லை. ஆதரவாக இருந்த அப்பாவும் இல்லை, அம்மாவும் இப்படி.

மகள் மனைவியிடம் வேலைக்குப் போய்க்கிட்டு வாரேன் என்று சொல்வதுகூட குறைவுதான். அக்கம்பக்க வீட்டு ஆளுககிட்டயும், வழியில் பார்ப்பவர்களிடம் எல்லாம் சிரிச்சுப் பேசுவது மட்டுமல்லாமல், வேலைக்குப் போய்க்கிட்டு வாறேன்னு சொல்லுவார். ஒருநாள், அதை அம்மாவிடம் கேட்டபோது, “அப்பத்தான் என் மேல அவங்க அக்கறையா இருப்பாங்க” என்றாள்.

அப்பாவை நினைத்தபடியே அவர் பயன்படுத்திய ஒவ்வொரு பொருளும் ஒவ்வொரு கதையைச் சொல்லியது அவளுக்கு. அம்மாவை மனநலக் காப்பகத்தில் கொண்டுபோய்விட எத்தனையோ முறை யார் யாரோ அவள் அப்பாவிடம் சொல்லியபோதும் அவர் அதைக் கேட்கவேயில்லை. ‘என் உயிர் உள்ள வரைக்கும் அவளைப் பாதுகாப்பேன்’ என்றார்.

ராசாத்தியின் கால்கள் கடற்கரை நோக்கி ஓடின. தூரத்தில் மங்கலாகத் தெரியும் கப்பலும், படகுகளும் மறுகரையில் நிற்பதுபோல் இருக்கும் நிலை. துக்கம் தாளாமல் அவள் பேச, அமைதியாகக் கேட்டுக்கொண்டிருந்தது கடல். அவள் எதிர்பாராத நேரத்தில், கால்களை முதல்முறையாக தழுவிச் சென்றது அலை.

- உயிர் எழுத்து, ஏப்ரல் 2018

## கரிச்சான்

எந்த வேலையையும் ஒழுங்காகச் செய்யாத சவரியடிமையை, நித்தமும் வசப்பாட்டுக்களால் திட்டித் தீர்த்துக்கொள்ளும் தொறட்டிக்கு இரண்டு நாளாக உடலும், மனமும் உற்சாகமாய் ஓடிக்கொண்டிருந்தன. வயசு எழுபத்திரெண்டைக் கடந்த கணவன் சவரியடிமை, டைல்ஸ் கம்பெனி ஒன்றில் இரவுக் காவலாளி வேலைக்குப் போனது மகிழ்ச்சிக்குக் காரணமாக இருந்தாலும், மனம் சஞ்சலப்பட்டுக்கொண்டே இருந்தது. பெத்தபிள்ளைங்க நல்ல நிலையில் இருந்தும், தங்களைக் கவனிக்காதது பெரும் சுமையாகவே சுமந்து திரிந்தாள். அரசு கொடுக்கும் உதவித் தொகையும் தன்னால் முடிந்த கை வேலைகளையும் செய்து பாடு கழித்து வந்தார்கள் இருவரும்.

இரவுக் காவலாளி வேலைக்குப் போனபிறகு அவர்மேல் அதிகப் பாசமும், அக்கறையும் வந்தன. காலையில் சவரியடிமை வந்ததும் டீ மற்றும் டிபன் சுடச்சுட செய்து அருகில் கொண்டு கொடுத்து, பகலில் ஓய்வு எடுக்கும்படி சொன்னாலும் சவரியடிமை கேட்பதில்லை. பிற வேலைகள் இருக்கு என்று சொல்லிக் கிளம்பிவிடுவார்.

தொறட்டி, பார்ப்பதற்கு வலுவான ஆணின் கை, கால்களைக் கொண்டு மாநிறத்தில் உயரமாக இருப்பாள். சவரியடிமை பெண்ணின் நளினத்தைக் கொண்ட ஒல்லியான நடுத்தரமான உடல்வாகும், கலராகவும் இளமைத்தோற்றம் கொண்டவராகவும் இருப்பார். தினமும் இருவரின் சண்டைதான் அக்கம்பக்கத்தினருக்குப் பொழுதுபோக்கு. வீட்டிற்கு வரும் காகங்கள், பூனை, நாய், கோழிகள், அவள் வீட்டுப் பாத்திரம், நெருப்பு, நீர், செடிகள், மரங்கள் எல்லாவற்றிடமும் சவரியடிமையை புகார் சொல்வாள். அதிகம் கோபம் வந்தால் சவரியடிமை, தொறட்டியை கரிச்சான் என்றே அழைத்து, கோபத்தைத் தணித்துக்கொள்வார்.

தூங்கப் போகும்போது தன் கணவனை, கண்டபடி திட்டியதை நினைத்து இரக்கப்பட்டு, டியூப்லைட்டை சுற்றிவந்த பல்லிகளிடம் சொன்னாள்:

“என்னதான் திட்டிக்கிட்டு சண்ட போட்டாலும் அவருக்கு நான்தான், எனக்கு அவருதான் தஞ்சம். அவரு காலையில வந்த ஒடனே சாயா போட்டுக் குடுத்திடணும். பாவம், சாயான்னா அரைமணி நேரத்துக்கு ஒருக்க குடிப்பாரு. எனக்க திட்டுக்குப் பயந்தே அவரு சாயான்னு கேக்கியத மறந்தே பல வருஷமாச்சி. வெள்ளம்தா, தண்ணிதான்னுதான் கேப்பாரு. வேலைக்கிப் போனதிலிருந்து எதுவும் கேக்கியதில்ல. மொகத்துல ஒரு பெருத்த சோகம் இருக்கு. என்ன பண்ண, இளமைக் காலத்தில் கொஞ்ச ஆட்டமா ஆடுனாரு. ஊர் ஒலகத்துல இருக்கிய நாதியத்தவளுக்கும், அறுதலிக்கும் ஒதவி செஞ்சே கெட்ட பேர வாங்கியாச்சி...”

சுவரில் இருந்த பல்லி, ச்ச்...ச்ச்... என்று சத்தம் போட்டது. பல்லியைப் பார்த்துச் சொன்னாள்:

“அட சும்மா கெட கெவிளி, இன்னும் சொல்லி முடிக்கேல. போன வாரம் போட்ட சண்டதான் வேலைக்கி போகவச்சிருக்குன்னு நினைக்கிறேன். வெள்ளம் கேட்டாரு, கொண்டு குடுத்தேன். அவரு சாயாத்தான் கேக்காருன்னு எனக்குத் தெரியும். பாலுவெள்ளத்துக்கு பைசா தராண்டமா? நல்லா நொட்டபோட்டு குடிச்ச தெரியிதுன்னு கேட்டது ஒரு குத்தமா?”

பல்லி மெல்ல அருகில் இருந்த பூச்சியை நாவால் பிடித்து இழுத்தது. தொறட்டி தூங்கும்போது சேலையைக் கழற்றி தனியே

வைத்துவிட்டு ஜாக்கெட் பாவாடையுடன் படுத்துக்கொண்டே பல்லியிடம் சொன்னாள்:

"வேலைக்கிப் போனா கள்ளமாரு மொதல்ல காவலாளியத்தான் கை வைப்பானுவன்னு சொன்னவரு, வேலைக்கிப் போனது ஆச்சரியமாத்தான் இருக்கு. இந்த மாசத்த பைசாவுல அடகு வச்சிருக்க கம்மல திருப்பணும். சரி, எனக்கு ஒறக்கம் வருது லைட்ட அணைக்கப்போறேன். வயிறு நெறஞ்சில்லா போய்ப் படு..."

கைகளை தலைக்கு மடக்கி வைத்துச் சரிந்துகொண்டாள். காலையில் சவரியடிமை முற்றத்தில் நின்றபடியே கேட்டார்.

"தொறட்டி, அந்த சோப்புத் துண்ட இங்க எடுத்துப் போடு... கொறண்டியா குளத்துல போய் குளிச்சிக்கிட்டு வாரேன். அப்டியே அந்த மணக்க சோப்பையும் எடு."

பத்துத் தடவை கூப்பிட்டாலும் காது கேட்காததுபோல இருக்கும் தொறட்டி, அவரின் ஒற்றை விளிக்காக காத்துக் கிடந்தவள்போல் சோப்பை எடுத்து வந்தாள்.

"இது என்ன புதுப் பழக்கமா இருக்கு, மணசோப்பு போட்டுக் குளிக்கியது. சாயவெள்ளம் குடிச்சிக்கிட்டுப் போவும்" என்றாள் தொறட்டி.

தொறட்டியின் முகத்தைப் பார்க்காமல் எங்கோ பார்த்தபடி பதில் சொன்னார்:

"வந்து குடிக்கேன்"

சவரியடிமை குளிக்கச் சென்றதும் அவர் விரும்பும்படியான காலையுணவை தயார் செய்யத் துவங்கினாள். தன்னைத்தானே புலம்பியபடி.

"இந்தப் புத்தி முன்னாலேயே இருந்திருந்தா இண்ணைக்கி தோப்பு துரவுன்னு சாப்பாட்டுக்கு கஷ்டமில்லாம இருந்திருக்கலாம். என்ன செய்ய. மல வெளைய வித்து காதலிச்சவளுக்குக் குடுத்துப்புட்டு, அவா இவர ஏமாத்திக்கிட்டு மாத்தூரான கல்லியாணம் பண்ணிக்கிட்டு போயிட்டா, கருமந்தொலைஞ்சவா வந்து வாய்ச்சேன். பெத்தபிள்ளையளும் சரியில்ல, எல்லாம் அப்டித்தான் இருக்கும். பறவ கூட்டிக்கிட்டா திரியுது.

எனக்கு கழியாம இருக்கும்போ இந்த மனுஷன் எண்ணைக்காவது ஒரு மடக்கு சுடுவெள்ளம் காய்ச்சி தந்திருப்பாரா இல்ல, நல்ல அன்போடதான் பேசியிருப்பாரா? இராத்திரியில தட்டுப்படும்போது இழுத்துக்கிடுயேது. சவத்து ஒடம்பு அதுக்கும் காத்துதானே கெடந்து."

துணியைப் பிழிந்து உதறும் சத்தம் வெளியே கேட்டு பேச்சை நிறுத்தி சாயை மீண்டும் சூடுபண்ணிக் கொடுத்தாள். சவரியடிமை கொடியில் காயப்போட்டிருக்கும் துணி நுனியில் சொட்டிக்கொண்டிருக்கும் நீர்த்துளியைப் பார்த்துக்கொண்டே சாயை குடித்தார். அவருக்கென்று உள்ள அறையில் வந்து கட்டிலில் மல்லாந்து படுத்து வலியெடுக்கும் முதுகை ஆசுவாசப்படுத்தி சரிந்து சற்றுநேரம் தூங்கினார். பதினோரு மணி வெயில் சுள்ளென்று கண்ணாடியில் பட்டு அறை வெளிச்சமாக இருந்தது. கட்டிலில் எழும்பி உட்கார்ந்தவரின் நிழலை சலிப்பான பார்வையால் நோக்கியபடி, தொறட்டியிடம்,

"வீட்டுக்கு வேண்டிய மசாலா சாமான்களை வாங்கிப் போடு" என்று ஆயிரம் ரூபாயை தொறட்டியிடம் கொடுத்தார்.

"போயி ஒரு வாரம் ஆகல்ல, அதுக்குள்ள சம்பளம் தந்தாச்சா..." என்றாள்.

"நானாட்டு கேட்டு வாங்கினேன், சம்பளத்துல கழிச்சுக்கச் சொன்னேன்" என்றார்.

இப்படி சம்பளம் வாங்கினால் தன்னோட கம்மலை திருப்ப முடியாது என்ற எண்ணம் தோணவே தொறட்டி சொன்னாள்:

"இனிமே இப்டி வாங்காதிங்க, சேத்துத் தரட்டும்... நா எப்டியாது சம்மாளிச்சுக்கிறேன்"

அறையின் மூலையில் மரக்கலர் தகர பீரோவின் ஒருபக்கக் கதவு இளகி உடைந்திருந்தது. அந்த ஓட்டைவழியாக வெளியே ஓட எத்தனித்து தலையை மட்டும் எட்டி, எட்டிப் பார்க்கும் எலியை இருவரும் கவனித்தபடியிருந்தார்கள்.

தொறட்டி சொன்னாள்: "இதுகளுக்க தொல்ல தாங்கமுடியல, பீரோ முழுக்க எலிப் புழுக்க. துணிகளையும் கடிச்சிக் கொதறுது. நீங்க இந்த ரூபாயக் குடுத்து ஒரு பீரோ வாங்கிட்டு வாங்க தவணைமுறையில கட்டிக்கலாம்."

“இரு, கேட்டுப் பாத்து சொல்லியேன்” என்றார்.

இரண்டு வாரங்கள் கழித்து, ஒரு பீரோ வீட்டிற்கு வந்தது. மூன்றடி உயரம் உள்ள சிமெண்ட் கலர் பெயிண்ட் அடித்த தகர பீரோ. அது பார்ப்பதற்குப் புதிதுபோலில்லாமலும் பழையது போலில்லாமலும் மெல்லிய பெயிண்ட் வாசனையோடு, யாருக்கோ பழக்கப்பட்ட பீரோவாக இருந்தது. பீரோவை சந்தேகத்துடன் பார்த்த தொறட்டியிடம்,

“பழவெலைக்கி டைல்ஸ் மொதலாளி தந்தாரு” என்று சொன்னார்.

பழைய பீரோவில் இருந்த அவளது துணிகளை எல்லாம் எடுத்து புதியதில் அழகாக அடுக்கி முடித்து, சவரியடிமைக்கு இரண்டே இரண்டு செட் புதுத்துணிகள் அதையும் ஒரு ஓரத்தில் எடுத்து உள்ளே வைத்தாள். பழைய பீரோவில் கிழிந்துபோன துணிகளை அடுக்கிமுடித்து எலிகளிடம் சவால்விட்டாள்.

“இனி வந்துரு பாப்போம்!”

கறுப்பு உலர்திராட்சைபோல் இருந்த எலிப் புழுக்கைகளை அள்ளிக்கூட்டி சுத்தப்படுத்தினாள். பல நாட்கள் அடிக்கடி பீரோவைத் திறந்து அடுக்கிவைத்திருக்கும் துணிகளைப் பார்ப்பதும் பின் மூடுவதுமாக நடந்தது. அந்த பீரோவினால் பெரிய சுமை குறைந்ததாக உணர்ந்தாள்.

ஒரு மாதம் கழிந்ததும் சம்பளப் பணம் ரூபாய் ஐந்தாயிரத்தைக் கொடுத்தார். தொறட்டிக்கு எல்லையில்லா மகிழ்ச்சி. முழுமையாக இவ்வளவு ரூபாயை சவரியடிமை கொடுத்தது கிடையாது. இருபது, முப்பது ரூபாய்க்கு மீன் வாங்குவதையே தொறட்டியின் வாயடைப்பதற்காக சொல்லிக் காட்டுவார். பணத்தை வாங்கிப் பார்த்ததும் சொன்னாள்:

“இந்த பீரோவப் போல இல்ல இந்தப் பணம்,”

வேலைக்கு ஒழுங்காகப் போய் வந்தாலும் ஏதோ சுமையை தூக்கிச் சுமப்பவரைப் போன்று வலிதாங்கி அமைதியாக நடந்தார். பொறுப்பு வந்தால் மனிதர்களிடம் அமைதியும் தானாக வந்துவிடும் என எண்ணிய தொறட்டிக்கு, இவ்வளவு சீக்கிரம் வேலையை விட்டு நிற்பார் என எதிர்பார்க்கவில்லை. ஒன்றரை மாதங்கள் வேலைக்குப் போய்விட்டு உடம்புக்கு முடியவில்லை என்று வேலையைவிட்டு நின்றுவிட்டார். தொறட்டி மறுபடியும்

கொஞ்சம் கொஞ்சமாக பழைய நிலையைத் தொடர்ந்தாள். அவளின் வசவுகள் எப்போதும் உள்ளதுதான் என்றாலும் சவரியடிமையின் நடத்தையில் மாற்றத்தை அவப்போது கவனிக்கத் தவறியதில்லை.

குளித்துவிட்டு உள்பாவடையை அவர் அறையில் காயப்போட்டால் திட்டுவது மட்டுமல்லாமல் விரலின் நுனிகொண்டு முகத்தைச் சுழித்தவண்ணம் தூக்கி அவளிடம் கொடுப்பார். இரவு வெகுநேரம் தூங்காமல் இருந்து ரேடியோவில் பாடல்களைக் கேட்டுக்கொண்டிருப்பார். மதியவேளையில் சாப்பிட்ட சோற்றில் மிச்சத்தை சுவரின்மீது வைத்துவிடுவார். நிறைய அணில்களும், காகங்களும் சுவரைச்சுற்றி வரும். அணிலைக் கண்டு விலகும் காக்கையைப் பார்த்து அதனிடம் கேட்பார்:

"உனக்குச் சிறகு இருக்குல்லா, எதுக்கு ஓடும் அணிலைக் கண்டு பயப்படுயா?"

காகம் தலையைச் சரித்து இவர் தனக்கும் தனியாக ஆகாரம் தருவார் என்றே எண்ணி நிற்கும். சிலநேரங்களில் அண்டங்காகத்தைப் பார்த்து அணில்கள் ஒதுங்குவதையும் கவனித்துச் சொல்லுவார்:

"எல்லாம் பாத்துதான் வச்சிருக்கு, எதுகிட்ட மோதணும் மோதப்பிடாதுன்னு."

சவரியடிமைக்கு கடவுள் நம்பிக்கை இல்லாததால் ஆலயத்திற்கு அவர் போனது கிடையாது. ஆனால் அங்கு என்ன நடக்குது என்று தெரிந்துவைத்திருப்பார். இதனால் ஆலயத்தில் உள்ளவர்கள் சில சட்டங்களைப் போட்டார்கள். ஊரில் சேர்ந்து வரி குடுத்தாலும் ஆலயத்திற்கு வரவில்லை என்றால் கல்லறைத் தோட்டத்தில் இடம் கிடைக்காது. அதை அறிந்து சிரித்துவிட்டே கடந்துவிடுவார்.

அவரிடம் தொறட்டி சொன்னாள்: "வாழும்போதுதான் இப்படி இருக்கியேரு சாவச்சிலையாது ரெண்டுபேரும் ஒரே இடத்துக்குப் போவோம்."

இப்படிப் பேசும்போது, ஊர்க்காரர்களையும் தொறட்டியையும் திட்டிவிட்டுப் போய்விடுவார். தொறட்டியை காணாமல் பீரோவின் உள்ளறை சாவியை எடுத்து மறைத்துவைத்திருந்தார். உள்ளறை பூட்டிக் கிடப்பதை சவரியடிமையிடம் கேட்டாள்:

“எதுக்கு உள் அறையைப் பூட்டி வச்சிருக்கேரு, உள்ள என்ன தெரவியமா இருக்கு.”

“சாவி தொலஞ்சி போச்சி, அதத் தெறக்க ஆசாரிய கூட்டிக்கிட்டு வாரேன்.” என்றார்.

தொறட்டி இல்லாத நேரம் பார்த்து அதைத் திறந்து இரண்டு பவுன் வெந்தயக்கண்ணி செயின் மற்றும் ஒரு ஜோடி வெள்ளைக்கல் வைத்த அரைபவுன் கம்மல் மற்றும் பத்தாயிரம் ரூபாய் பணம். இவற்றை தொட்டுப் பார்த்துவிட்டு மீண்டும் அதைப் பூட்டி சாவியை பழைய பொருட்கள் கிடக்கும் இடத்தில் மறைத்து வைத்துவிடுவார். இதையே தொடர்ந்து மூன்று மாதங்களாகச் செய்துவந்தார்.

ஆசாரியை அழைத்து வராததை நினைவில் வைத்திருந்து சவரியடிமையைக் கவனித்தும், கவனியாதவள்போல் நடந்துகொண்டவளுக்கு பீரோ உள்ளறையைத் திறக்கும் ஆவல் இருந்தது. அவர் சாவியை மறைத்துவைப்பதைக் கவனித்துக்கொண்டு அவர் போனபிறகு உள்ளறையைத் திறந்தாள். நகை, பணம் உள்ளே இருந்தன. ஒரு நிமிடம் திகைத்து சுதாரித்துக்கொண்டு நகையைப் பார்த்து,

“இது பழைய நகையாட்டுல்லா இருக்கு.”

கம்மலின் பின்புறம் இருந்த அழுக்கைக் கவனித்தாள். பணம் புதுசாகவே இருந்தது. பீரோவின் எல்லாப் பக்கங்களிலும் தனது ஆராய்ச்சியைத் தொடங்கினாள். துணியிருந்த அடித்தட்டை தூக்கித் தடவிப் பார்த்தபோது அதில் ஒரு கவர் இருந்தது. அதை வெளியில் எடுத்து லைட்டைப் போட்டு பிரித்துப் பார்க்க, அதுவொரு இறப்புச் சான்றிதழ். படித்தாள். பெயர் ஆகாத்தா, வயது அறுபத்தி ஐந்து, கணவர் பெயர் பொன்னையன்.

“அடப் பாவி, இன்னுமா அவள நீ மறக்கல?”

கை, கால்கள் தளர்வதைப்போல் உணர்ந்தாள். கைகளில் இறப்பின் மணம். மோப்ப நாயைப்போல் அறையெங்கும் நோட்டமிட்டவாறே சிந்தனைக்குள் நெருப்பு பற்றியெரியத் துவங்கின. அடுக்களைக்குப் போய் தண்ணீர் குடித்து, சாவியை இருந்த இடத்தில் வைத்துவிட்டு நகை, பணம் இறப்புச்சான்றிதழ் மூன்றையும் மறைத்து வைத்துக்கொண்டாள்.

கழுத்தைக் குதறும் புலியின் ஆவேசம். புலியின் உறுமலாகவே இருந்தது. தான் எப்போதும் ஏமாற்றப்படுகிறேன் என்று எண்ணி தன்னிரக்கம் மேலோங்கின. முந்தானையால் வழியும் கண்ணீரைத் துடைத்து, சமாதானம் செய்ய ஒருவரும் இல்லை என்றபோது, தனது சூழலை தாமே நொந்து தணிந்துகொள்ள வேண்டியது என்று புரிந்திருந்தது தொறட்டிக்கு.

“சவம், கட்டைக்குப்போற நாளாச்சி. தனிமையாத்தானே வந்தோம், எதுக்கு இந்த எழவையெல்லாம் நினைச்சிக்கிட்டு.”

இப்படி நினைக்க கொஞ்சம் ஆசுவாசம். தெளியும் நீரைக் கல்லெறிந்து கலக்குவதுபோல் எண்ணங்கள்.

“டைல்ஸ் கம்பெனி வேலன்னு சொல்லி நம்பவச்சிட்டானே... என்னதான் நடந்திருக்கும்” என நினைத்தாள்.

வெளியில் கேட்கும் சின்னச்சின்ன சத்தத்திற்கெல்லாம் எட்டிப் பார்த்தாள். எப்படித் தொடங்க எனப் பலமுறை மனதில் ஒத்திகை பார்த்து தன்னைத்தானே திட்டியே கொஞ்சம் சமாதானம் அடைந்தாள். வெகுநேரம் ஆகியும் அவரைக் காணவில்லை, திட்டும் எண்ணத்தை விடுத்து எப்போதும்போல் தேடும் எண்ணம் தோன்றவே,

“ஆமா... இந்த மனசுதான் மனுஷனுக்கிட்ட என்ன கெட்டிப் போட்டுருக்கு. சவத்து மூழி செத்துப்போயிட்டா... சரி, அவரு வரட்டும் மொதல்ல சமாதானமா கேப்போம்.”

தான் தனித்துதான் விடப்பட்டோம் என நினைத்து, வரும் கண்ணீரை விட்டெறிந்தாள். லேசாக தூக்கம் வருவதுபோல் இருக்க, சவரியடிமையின் அறைக் கட்டிலில் சரிந்து படுத்தாள். சன்னலின்வழியே தெரியும் மின்கம்பியில் இரண்டு கரிச்சான் குருவிகள் உட்கார்ந்து லாவகமாக ஊஞ்சல் ஆடுவதுபோல் ஆடின. சின்ன வட்டமடித்து, வட்டமடித்து வந்து கம்பியில் உட்கார்ந்தன. சற்றுநேரத்தில் அவற்றுக்கிடையில் பெருத்த சண்டையிடுவதுபோல் இடைவிடாமல் இரண்டும் தலையைத் தாழ்த்தி, உயர்த்தி சத்தம் போட்டன. சிறிதுநேரத்தில் ஒன்று பறந்து, வேறு மரக்கிளை நுனியில் அமர்ந்தது. இரண்டாவது பறவை, அதைத் துரத்தியபடி அங்கும் சென்று சண்டையிட்டது.

பறவைகளின் சண்டையைக் கேட்டபடியே திரும்பிப் படுத்த தொறட்டிக்கு, சவரியடிமை வரும் சத்தம் கேட்டது. முந்தானையை இறுகக் கட்டி தலைமுடியையும் வரிந்து முடித்து தயாராக கட்டிலில் இருந்தாள்.

அவளின் கோலத்தைப் பொருட்படுத்தாமல், "என்ன ஒருமாதிரியா முழிக்க... சோத்தப் போடு, போ... பசிக்கு" என்றார்.

சோற்றுப் பானையை வைத்தே மண்டையைப் பிளக்கும் ஆத்திரம் வரச் சொன்னாள்:

"செத்துப்போன ஆகாத்தாவப் போய்க் கேளு."

உள்ளுக்குள் படபடப்பு இருந்தாலும் வெளிக்காட்டிக் கொள்ளாமல் சொன்னார்:

"ஆமா, அவா செத்துதான் போயிட்டா. இப்பம் அதுக்கு என்னவாம்... ஒனக்கிட்ட யாரு சொன்னா?"

"யாரு சொல்லணும், எனக்கு எல்லாம் தெரியும். டைல்ஸ் கம்பெனிக்காரனோட போன் நம்பர் குடு விசாரிக்கணும்" என்றாள்.

இப்படி ஒன்றைச் சொல்லுவாள் என்று எதிர்பார்க்காத சவரியடிமை, "இப்ப ஒனக்கு என்ன தெரிஞ்சிக்கணும்?"

"எல்லாம்..." என்றாள்.

சமாதானத்தின் விளிம்பைப் பிடித்து மெல்ல முன்னேற முகத்தைக் கொஞ்சம் தெளிவாக்கினவராக,

"தெரிஞ்சி ஒண்ணும் புடுங்கப்போறதில்ல, நீ முடிஞ்சிபோன கதைய எதுக்கு நிமித்திக்கிட்டு இருக்க?" என்றார்.

"வாழ்க்க முழுசும் ஏமாந்துக்கிட்டுத்தான் இருக்கேன்" என்றாள். சேலையை வரிந்து கட்டி உள்ளே சென்று நகை, பணத்தை எடுத்துக் கட்டிலில் விட்டெறிந்து சொன்னாள்:

"அவள கொல செஞ்சிக்கிட்டு இந்தப் பொருளும் பணத்தையும் வீட்டுக்குக் கொண்டுவந்திருக்கன்னு போலீசுக்கிட்ட சொல்லுவேன்."

சற்று அதிர்ந்துபோன சவரியடிமை, கோபத்தைத் தணிக்க முயன்றவராய்,

"பொறு, கரிச்சான் அவசரப்படாத. பொறுமையா நான் சொல்லுயதக் கேளு. பெறகு கொத்து கரிச்சான்" என்றார்.

கட்டிலில் கிடந்த நகை, ஆகாத்தாவின் மரணப்படுக்கையின் கோலமாகக் கிடந்தது. மெல்லமாய் கசியும் கண்ணீரை அடக்கிக்கொண்டார். பசி இருந்த இடம் தெரியாமல் வயிற்றுக்குள் மறைந்துகொண்டது. பொருளைப் பார்த்துக்கொண்டே சொன்னார்:

"போ, அந்த இறந்த சர்டிபிகேட்ட எடுத்துக்கிட்டு வா."

"ஓ, அது எதுக்கு. அத நான் கிழிச்சிப் போட்டுட்டேன்" என்றாள்.

ஆத்திரம் வந்ததை அடக்கிவைத்தே பழகிவிட்ட சவரியடிமை, மென்மையாகப் பதில் சொல்லத் துவங்கும் முன், தொறட்டி மறுபடியும் பேச்சைத் தொடர்ந்தாள்:

"எங்கோட போனாலும் செங்கோடிக்கு வந்துதானே ஆவணும், ம்... சொல்லும். பல வருஷமா அவள வச்சிருந்தது காணாதா... அவளுக்க ஆளுசனங்க செத்தா போயிட்டாங்க, இல்ல பிள்ள கொள்ளி அத்தவளா. ஊர்ல நீ மட்டுமா அவளுக்கு மாப்பிளையா இருந்தா கேடுகெட்ட சிறுக்கிய நீ தூக்கிச் சுமந்துருக்க, இந்தக் கெழடு தட்டுன வயசிலயும்."

"இப்ப நா சொல்லணுமா? வீட்ட விட்டுப் போட்டா?" என்றார்.

அப்போது தொறட்டி மறைத்துவைத்திருந்த இறப்புச் சான்றிதழையும் தூக்கி கட்டிலில் எறிந்தாள்.

ஆகாத்தாவிடம் தொடர்ந்து பல வருடங்கள் போய்வருவதால் தொறட்டி சவரியடிமையிடம் தினமும் கரிஞ்சி கொட்டுவதும், நிம்மதியில்லாமல் திரியும் சவரியடிமை மீண்டும் மீண்டும் அதே வேலையைச் செய்ய ஒருகட்டத்தில், அவளோட உள்ள தொடர்பை கொஞ்சம் கொஞ்சமாக நிறுத்திப் பின் தொடர்பேயில்லாமல் இருந்துவிட்டார். என்றாலும் பிறர்மூலமாக அவளைப்பற்றி தப்பும் தவறுதலுமாக அறிந்துகொண்டபோதுதான், செய்தது சரியே என்று மனம் அவளை நினைத்துச் சலனப்படும்போது தேற்றிக்கொண்டார்.

தொண்டையில் ஏதோ அடைப்பதுபோல செருமிக் கொண்டு சொல்லத் துவங்கினார்.

“அவ வீட்டுப் பக்கத்திலுள்ள சிங்கப்பூரான், என்ன டீ கடையில வச்சி அவளுக்க நிலமையச் சொன்னான். ரொம்ப கழியாம இருக்கா. ஒன்னப் பாக்கணும்னு சொன்னா. பழைய வீட்டுக்கு வாடக குடுக்க முடியலன்னு, மணக்கர ஆத்தங்கர பக்கத்துல ஒரு குடிச வீட்டுல இருக்கான்னு. போய்ப் பாத்தேன். படுக்கையிலத்தான் கெடந்தா. பக்கத்து வீட்டுக்காரங்க ஏதோ முடிஞ்ச ஒதவிய செய்யிறாங்க. வீட்டு வேல செஞ்ச ரூபாய, நிறைய பேருக்கிட்ட வட்டிக்கு விட்டுத்தான் சாப்பாடு கழியுதுன்னு சொன்னா. அவளைத் தனியா விட்டுட்டு வர மனசு வரல. ஆஸ்பத்திரிக்குக் கூட்டிக்கிட்டுப் போனேன். ஒரு வாரம் வச்சிப் பாத்தேன். வீட்டுக்கு விட்டுட்டாங்க.

வட்டிக்கு விட்டவங்ககிட்ட போனப் போட்டு கேட்டா, சிலர் பொறவு தரலாம்னு சிலபேரு போனையே எடுக்கல. அதுல ஒரு ஆளு இருபத்தையாயிரம் கொண்டு தந்தான். அதை வச்சித்தான் அவளுக்கு ஆஸ்பத்திரி செலவும், அதுலதான் உன்கிட்ட ஐயாயிரமும் தந்தேன். இந்த பீரோவும் அவளுக்குத்தான். ரெண்டுவாரம் பீ மோளு கெடையில.”

நடந்ததைச் சொல்லிக்கொண்டிருக்கும் சவரியடிமையை கோபமாகப் பார்த்து தொறட்டி கேட்டாள்:

“அப்போ, நீதான் அத அள்ளுன”

யோசிப்பதற்கு முன்னே வார்த்தைகள் வந்து விழுந்தன.

“ஒனக்க அம்மைக்கி நான் செய்யல்லியா. ஒனக்க அண்ணன் அருவாமணைக் கள்ளன் எட்டிக்கூட பாக்கல்லியே” என்றார்.

வாயடைத்து அமைதியாகி, “ம்... சொல்லும்” என்றாள்.

“அவளுக்க பிள்ளைங்ககிட்ட போன் பண்ணிப் பேசினேன். உங்க அம்மாவ வந்து பாருங்க”ன்னு. அதுக்கு ஒருத்தன் சொன்ன பதில்:

“அவள நாங்க தல முழுங்கி பல வருஷமாச்சி, அவ செத்தாலும் நாங்க வரமாட்டோம்”னு.

மூச்சை இழுத்துச் சலித்துக்கொண்டே கட்டிலில் கிடந்த செயினை பார்த்தபடியே மீண்டும் தொறட்டியிடம் சொன்னார்.

"அவளுக்க சொந்தக்காரங்ககிட்ட சொன்னேன், யாரும் வரல. அவளுக்க நாலாவது அக்கா மட்டும் வந்து பாத்துட்டுப் போனா. அவளும் செத்ததுக்குப் பொறவு வரல. அக்கம்பக்கத்து பொம்பிள்ளைய எல்லா சடங்கு காரியமும் செஞ்சாங்க. சுடுகாட்டுக்குப் போகும்போது வண்டிக்காரன், நான் மேலும் ரெண்டுபேரு போனோம். கடைசிவர எல்லாம் முடிச்சிக்கிட்டு ஒருவாரம் கழிச்சி, இறந்த சர்டிபிகேட்ட வாங்கிக்கிட்டு வந்தேன். நாளைக்கி பிரச்சினை வரக்கூடாதில்லியா. அவளுக்குன்னு நான் எதுவுமே செய்யல்ல. அவதான் எனக்கு நெறைய செஞ்சிருக்கா. இதச் சொன்னா நீ என்ன நம்பவா போற."

தொறட்டி 'விடுக்'கென எழும்பி, பீரோவைத் திறந்து தனது துணிகளையெல்லாம் கீழே இழுத்துப்போட்டு உடைந்த பீரோவில் அடுக்கினாள்.

அவள் செயலைக் கவனித்தவர் இருந்த இடத்தில் நகை, பணம் சான்றிதழை வைத்தார். ஆகாத்தாவுக்கு கடைசியாக நெற்றியில் கொடுத்த முத்தத்தின் நினைவுகளைச் சுமந்து தொறட்டியின் எந்தப் பதிலையும் கேளாமல் வெளியில் கிளம்பினார்.

- தமிழ்வெளி, ஏப்ரல் 2021

ஸ ஒ

# பருந்து

உள்ளங்கைகளுக்குள் அடங்கிய கதகதப்பான சூடு, மெல்லமாய் உடல் முழுவதும் பரவி, விரல்களை இறுக்கமாக மூடிக்கொண்டேன். சிறிதான தூறலுடன் நின்றுபோயிருந்தது மழை. கால்களில் ஒட்டிக்கொண்ட செம்மண். கண்ணாடி டம்ளரில் மீதம் வைத்திருக்கும் டீ போல செம்மண் நிலப் பள்ளங்களில் ஆங்காங்கே தேங்கி நின்றது மழைநீர். சிறு பறவையின் கதகதப்பான நினைவுகளுடனே தூங்க.

“தெறக்காத... எல்லாக் கதவுகளையும் மூடின பிறகு...பொறுமையா தெறக்கலாம். இப்போ தெறந்தா” அது... யாரோ என்னோடு வெளிவராத வார்த்தைகளால் சொல்ல முயற்சிப்பதாக இருந்தது. ஆனால் ஆர்வமிகுதியால் மேல்மூடியைத் திறந்து பார்த்ததுதான் தாமதம். பல பறவைகள் ஒன்றாகப் பறந்தது. அது ஒரு போராட்டம். திறந்ததை மூட முடியவில்லை. எங்கும் பறவைகள் உயிர் பிழைக்கும் முயற்சியில் பறந்து மறைந்துகொண்டிருந்தன. ஒரு பட்டாம்பூச்சியையாவது பிடித்துவிட வேண்டும்; மாயமாகும் பறவைகளின் கூட்டிற்குள் கையை விட மேனியெங்கும் ஊர்ந்துகொண்டு வந்திருந்தன குத்தும் மயிர்களை சுமந்த மயிர்குட்டிகள், அருவருப்பூட்டிய

மயிர்குட்டிகளை உதறியபடி பறவைகளைத் தேட, ஜன்னலின் ஓரத்தில் வெகுநேரம் நின்ற இடத்தில் நின்றுகொண்டே பறந்துகொண்டிருந்தது தேன்சிட்டு. எத்தனையோ முறை முருக்கைமரப் பூக்களில் வந்து தேன்குடிக்கும் சிட்டைப் பார்த்து கைகளுக்குள் அணைத்து அதன் சிறிய அலகைத் தொட்டுவிட வேண்டுமென்ற முனைப்பில் முருங்கை மரத்தின் அருகிலேயே நேரம்போவது தெரியாமல் காத்திருந்த ஞாபகம். இப்போது வீட்டிற்குள் பறப்பதைப் பிடித்துவிட கண்மூடியநிலையில் எழுந்து உட்கார்ந்து சிரமத்தோடே கண்ணைத் திறக்கவே, புதுசா ஏதோ ஒண்ணு செய்தோமே என்று நினைத்தபோதுதான்.

சாயங்காலம் கொண்டுவந்த பருந்துக்குஞ்சை பற்றிய எண்ணம் வந்தது. சற்றுத்தள்ளியே வைக்கப்பட்டிருந்த அட்டைப் பெட்டிக்குள் நடுங்கிய உடலுடன் தலையைக் கவிழ்த்தியவாறு குற்றமற்ற கைதியைப்போல அமர்ந்திருந்தது.

ஏதோ உணவு கொடுப்பதாக நினைத்து வாயைத் திறந்து கரகரத்தது. கோபத்தை உண்டுபண்ணும் சத்தம். எல்லோரும் விழித்துக்கொள்ள அம்மா எழுந்து சத்தம் போட்டாள்.

“விடிஞ்ச ஒடன இந்தக் கள்ளப்பிராந்த எங்க இருந்து கொண்டுவந்தியோ அங்க கொண்டு விட்டுரு...”

“அத்தராத்திரி என்ன சத்தம் வீட்டுக்கு ஆவாம ச்சே...”

இங்கயே ஆயிரம் பிரச்சின... மனுசன் படுத்தா ஒறக்கம் வருதா...”

அடிக்கடி கோழிக்குஞ்சுகளைத் தூக்கிச் செல்லும் கள்ளப்பருந்துகளுக்காக திட்டும் அடியும் வாங்கியதுண்டு. ஒரு டஜன் கோழிக்குஞ்சுகள் பொரித்தாலும் பருந்திற்குப்போக கடைசியில் இரண்டோ மூன்றோதான் மிஞ்சும். அம்மாவின் கோபம் ஞாயமானதாகவே இருந்தாலும் பருந்தை எப்படி திருப்பிக் கொடுப்பது... கண்டிப்பாக முடியாது.

சிறுவர்கள் சின்னச் சின்ன குச்சியை எடுத்து அதை மெதுவாகச் சீண்ட, சோர்வோடு இருக்கும் அது சுறுசுறுப்பு வந்து திரும்பவும் சோர்வானது. அருகில் கொண்டுசெல்லும் குச்சியை அலகால் மெல்லக் கொத்தி தன்னுடைய வலியை வெளிக்காட்டியது. அதில் ஒருவன் மட்டும் வேகமாக கூட்டத்தினுள்ளே தள்ளிக்கொண்டு வந்தான். ஒருகையில் நிக்கரை பிடித்துக்கொண்டு மறுகையில்

சின்ன குச்சி ஒன்றை வைத்துக்கொண்டு வாயிலும் மூக்கிலும் நீர் ஒழுக அதைத் துடைக்க அவனுக்கு இன்னொருகை தேவைப்பட்டபோதிலும் பருந்திடம் “கோழிக்குஞ்சு திருடுவியால... திருடுவியால...” எனச் சொல்லி அடித்தான்.

“இன்னா வாங்கிக்க... இன்னா வாங்கிக்க...” ஒவ்வொரு அடிக்கும் குதித்து குதித்துக் காட்டினான்.

இறக்கைகள் போர்த்தாத உடல். சாம்பல் நிறத்தில் கருப்பு வெள்ளைப் புள்ளிகளோடு சிறிய இறக்கைகள் ஆங்காங்கு முளைத்திருந்தன. அதன் பார்வை ஒரு தைரியக்காரியின் பார்வை. இரும்புக் கொக்கிபோன்று அதன் நகங்கள் உள்வளைந்து இருந்தது. அச்சமின்றி அசாதாரணமாக இறக்கைகளை பாய்போல இரண்டு பக்கமும் விரித்து அதன் உடல் நடுப்பக்கம் படுத்திருந்தது.

எப்படியோ கெஞ்சி ஒருவழியாக, அதை வாங்கப் போகும் போதுதான் ஒருத்தன் சொன்னான்:

“எங்களுக்கு இதப் பத்தியெல்லாம் தெரியாது. மணி அண்ணன்தான் எடுத்திட்டு வந்து வச்சிருக்கான். வேணும்ணா அவங்கிட்ட கேளு.”

ஒடுங்கிக் கொண்டிருக்கும் பருந்துக்குஞ்சை எப்படிக் கேட்க. அவனது செயல்களை சிலர் சொல்லிக் கேள்விப்பட்டதுண்டு. வீட்டு முற்றத்தில் விரித்துக் காயப்போட்டிருந்த கோதுமையை ஒரு கைப்பிடி அள்ளியபோது கோதுமை கையோடு பிடித்துவிட்டான்.

“இன்னும் நிறைய கோதுமை எடுத்துக்க, இப்போ சொல்றத அப்படியே பொட்டுக் கண்ணிக்கிட்ட போய்ச்சொல்லு” என்றான்.

ஒரேயொரு கோதுமையை எடுத்து நிமிர்த்தி, “இது எதப்போல இருக்குன்னு கேளு...”

அதனால் ஏற்பட்ட பிரச்சினைகளுக்குப் பிறகு அவனிடம் பேச்சுவார்த்தை கிடையாது. பருந்துக்குஞ்சை வாங்க வேண்டுமானால் பேசித்தானே ஆகவேண்டும். தயங்கியவாறே மணியிடம் கேட்டவுடன், பருந்துக்குஞ்சை எடுத்து கையில் தர பிடிப்பதற்கு நடுக்கமாகவே இருந்தது. கையில் வாங்கியபோது அதன் உடல் வெப்பம் கைகளை வியர்வைக்கு உள்ளாக்கியது. அதனுடலின் மணம் பச்சை முட்டையின் மணத்தை ஒத்ததாயிருந்தது.

"அது என்ன சாப்பிடும்..."

"குட்டி மீனு... இறைச்சி..."

"முக்கியமா, ஒங்க வீட்டு கோழிக்குஞ்ச இதுக்க பக்கத்தில விட்டுராத... பெறவு நா ஒண்ணும் பண்ண முடியாது..."

பொறுப்பில்லாமல் பருந்துக்குஞ்சை ஒப்படைத்தான். கூட்டமும் கலைந்தது.

வீட்டில் யாருமே பருந்துக்குஞ்சைப் பற்றிய பேச்சு எடுக்கவில்லை. அவற்றிற்கான உணவைக் கொண்டு சென்றவுடன் வாயைத் திறந்துகொண்டு அருகில் வந்து லபக் லபக்கென விழுங்கிக் கொண்டது. சாப்பிட்ட களைப்பில் ஒதுங்கியே நின்ற பருந்துக்குஞ்சைத் தொட அமைதியாகவே தூங்க ஆரம்பித்தது.

புது ரெக்கைகள் முளைத்து சுறுசுறுப்பாக, வீட்டில் எல்லோரும் அதனுடன் அதிகமாகப் பழக ஆரம்பித்தனர். பருந்தின் சத்தம் அதன் வளர்நிலை மாற்றத்தைக் காட்டியது. அதன் சத்தம் கேட்டவுடன் பல தலைமுறைகளைத் தாண்டிய ஆத்தா கோழிக்குப் பிடிப்பதில்லை. எட்டுகோழிக்குஞ்சுகளை ஒரே வாரத்தில் பருந்திற்கு பறிகொடுத்த பரிதாப நிலையால்.

மூக்கு சிவக்க ரெக்கைகளை பெரியதாக்கி சிலிர்த்துக் கொண்டு மண்ணில் உரசியபடி பேய் பிடித்தவளைப்போல சத்தம் வரும் இடத்தைத் தேடிவரும். இதனாலேயே யாருக்கும் பருந்தின் சத்தம் வீட்டிலும் பிடிக்காமல் போனது.

அடுத்த வீட்டுக்காரி, ஆத்தா கோழியின் பரிதாபநிலையைப் பார்த்தவள் பதறிப்போய் அம்மாவைப் பார்த்து, "ஏக்கா... இந்த கரண்டு கோழியில நாலு வாங்கி உடவேண்டியதுதானே."

"அதென்ன கரண்டு கோழி..."

"இந்த கலர் கோழிக்குஞ்சில்ல... அதத்தான்... என்ன ஏமாத்திட்டாங்கா... அவன் அவ்வளவும் சேவக்கோழியா தந்திட்டான். நீயாவது ஏமாறாம பொட்டக்கோழியா பாத்து வாங்கு. நீ வாங்கச்சில என்னையும் கூப்பிடு. அவன நாலு வார்த்த கேக்கணும்."

"நீ வேற, என்ன அவன் ஏமாத்திட்டான். உன்னெல்லாம் லேசுல ஏமாத்த முடியாதுக்கா. இந்த ஆத்தா கோழிக்கிட்ட இந்தப்

பிராந்துக் குஞ்ச காட்டிராதிங்க. இருக்க வெறியில கொத்தியே கொன்னுப்புடும்.”

அவள் சொல்லிச்சென்ற இரண்டுநாள் கழித்து சிகப்பு, மஞ்சள், ரோஸ், ஊதா என நான்கு கரண்டு கோழிக்குஞ்சுகள் கலர்கலராக வாங்கி ஆத்தா கோழியிடம் ஒப்படைக்க, நாளடைவில் கோழிகளும் பருந்துக்குஞ்சும் சகஜமாக பழகிக்கொண்டது.

சில மாதங்களிலேயே அவை எல்லோருக்கும் பிரபலமாகின. வீட்டில் இருந்து யார் முதலில் வெளியில் சென்றாலும் அவர்கள் பின்னாலேயே பறந்து வந்து எங்காவது உட்கார்ந்து இருந்துவிட்டு அவர்கள் வீடுவரும் முன்னே அது வீடு வந்து சேர்ந்துவிடும். மற்ற பருந்துகளைப்போல் மிக உயரமாக பறக்காமல், எல்லோரும் தனக்கானவர்கள் என்று நம்பியது. பின்னால் வந்துவிடுவதால் வீட்டில் எல்லோரின் எண்ணத்தையும் தன் பின்னே அலையவிட்டது.

அதற்குத் தனியாக இரைதேடவும். இரையைத் தேடும் நுணுக்கமும் தந்திரமும் தெரியவில்லை. சில மாதங்கள் கடந்த பின்னர் காலில் சின்னச் சின்ன கற்களை கவ்வி ஓட்டு வீட்டின்மேல் வைக்கவும் கல்லானது கடகடவென கீழே வந்து விழும். சோர்வடையாமல் இப்படிச் செய்துகொண்டேயிருக்கும். சிலவேளைகளில் இரவு நேரங்களிலும் இப்படிச் செய்யும். கல் உருண்டுவிழும் சத்தம் மனதின் நிலைப்பாடைப் பொறுத்து மாறும். கீழே விழுந்த கற்களை தலையை அங்குமிங்கும் சாய்த்துத் தேடிவிட்டு எதையோ சாதித்ததைப் போன்ற பாவனையுடன் விறைப்போடு உட்கார்ந்திருக்கும். அடுத்தகட்டமாக, காலில் கவ்வியபடி கூரையெங்கும் புளியங்காய் மற்றும் புளியம்பழங்கள் நிறைந்து கிடக்கும். சிறியதான கயிற்றையும் கொண்டுவந்து போட்டிருந்தது. கயிறு காலில் பிடித்த நிலையை தூரத்திலிருந்து பார்க்கும்போது பாம்பைப் பிடித்து வந்தது போலிருக்கும்.

பல வருடமாக பக்கத்து வீட்டுக்காரனோடு எல்கைப் பிரச்சினை இருந்துவந்தது. அவன் வீட்டு மரங்களிலோ, கூரைகளிலோ பருந்து போய் உட்கார்ந்தவுடன் கல்லெடுத்து எறிந்து விரட்டுவதையே வழக்கமாகக் கொண்டிருந்தான். பற்றிப் பிடிக்கும் பயிற்சி எல்கைப்பிரச்சினைக்காரனின் மனைவியின் தலைமுடியைப் பதம் பார்த்தது. வீட்டில் யாருடைய தலைமுடியையும் பிடித்து

இழுக்கவில்லை என்பதாலோ என்னவோ, உள்ளுக்குள் சிரிப்பு வந்து தொலைக்கிறது.

ஊரெல்லாம் பருந்தைப்பற்றிய பயம் பரவிக்கிடக்க... அக்கம்பக்கம் வீடுகளில் உள்ளவர்கள் ஆளாளுக்கு சண்டைக்கு வரவே, பருந்தை என்ன செய்வதென்று தெரியாமல் வீட்டில் எல்லோரும் அமைதியாக இருந்தார்கள்.

மணி அண்ணன், "எங்கயிருந்து எடுத்திட்டு வந்தானோ அங்க கொண்டுபோய்விட்டுட்டா என்ன..."

ஊருக்குள் சீட்டு பிடிக்க வரும் நல்லசிவம் குள்ளமாக வழுக்கைத் தலையுடன். காதிடுக்கை பேனா ஸ்டாண்டாகவும், தோல்பை ஒன்றை கையிடுக்கில் வைத்து நெற்றி நிறைய விபூதி பூசிக்கொண்டு, எது சொன்னாலும் நகைச்சுவை கலந்தே பேசுவார். இதனாலேயே அவரிடம் சீட்டுப் போடும் கூட்டம் அதிகம்.

கூரைமேல் நின்று அலகால் சிறகை சிக்கெடுத்துக் கொண்டிருந்த பருந்து, நல்லசிவத்தின் தலையில் காலால் கவ்விப் பிடித்ததும் "கிருஷ்ணா... கிருஷ்ணா..." என்று அலறினார்.

மண்டையைத் தடவிக்கொண்டு வலியை வெளியில் காட்டிக்கொள்ளாமல் உண்மையான பக்தனாகவே கடந்து சென்றார். மறுநாள் தலையில் தொப்பி வைத்தும் குடையைப் பிடித்தபடியே வந்தார். இரண்டு நாள்தான் அமைதியாக இருந்தது.

கையில் பிராண்டலோடு ஒடஞ்ச மண்சட்டியின் ஒரு துண்டையும் எடுத்திட்டு மீன் வாடையுடன் தலையில் முக்காடிட்டு வீட்டுவாசலில் வந்து நியாயம் கேட்க வந்தாள் வடக்கு வீட்டு மேரி.

மோப்பம் பிடித்துவந்த இரண்டு மூன்று தெருநாய்களும் அவளோடு நின்றிருந்தன. வழியில் போற வாறவங்களையும் நியாயம் கேட்க துணைக்கு அழைத்துக்கொண்டாள்.

"கொழந்த பெத்தவளுக்கு கறிவைக்க அம்பது ரூவாயிக்கு சூரமீனு, மீனுகாரனுகிட்ட மல்லுக்கு நின்னு வாங்கி... எளவுடுக்க வீட்டுக்குள்ள வச்சி கழுவமாட்டேனா வெளியில வந்ததுதான் தாமசம்... கையோட சேத்து புடுங்க, சட்டியும் ஒடஞ்சி மீனும் போச்சி. கொத்துக்கு பயந்து நா உள்ள ஓட மீன இடுக்கிக்கிட்டு பறந்து போச்சி அந்நா நிக்கிய கள்ளப்பிராந்து..."

“இந்தக் கள்ளப்பிராந்த எங்கையாவது கொண்டுவிடுங்க, இல்ல என்னத்தையாவது செய்ங்க...” அவள் பேச்சில் நியாயம் இருப்பதாகக் கூடி நின்றவர்கள் சொன்னார்கள். இடையில் வந்து சேர்ந்துகொண்ட விடிவெள்ளி தாத்தாவுக்கு எப்பவுமே எங்க மேல கொஞ்சம் பாசமுண்டு. ஒருநாள் மழைக்கு வீட்டில் வந்து ஒதுங்கி நின்றார். நேரம் வேற இருட்டிட்டதுனால சீக்கிரம் வீடுபோணும். அப்போ அவருக்கு வீட்டில் இருந்த ஒரே குடையையும் கொடுக்க, அது அப்படியே தாத்தாவின் குடையாகிப்போனது. தாத்தா கூட்டத்தை சமாதானப்படுத்திவிட்டு,

“நாளைக்கி மலையில கொண்டு விட்டுட்டு வாரேன்...” விடிவெள்ளி தாத்தாவின் பேச்சில் நம்பிக்கை கொண்டு கலைந்தார்கள்.

அவரு சொல்லிக்கிட்டு போனதிலிருந்தே நாளைக்கி இந்தநேரத்தில அது என்ன செய்யும்... நெனப்பெல்லாம் பிரிவைப்பற்றிய பருந்தாகவே ஆனது. வீட்டுல மின்விசிறி சுத்தக்கூடிய சத்தம் இறக்கையடிக்கும் சத்தமாக மாறின. எந்த வேலை செய்தாலும் அது பக்கத்தில வந்து நின்றது மாதிரியே இருந்தது.

இறக்கைகளை விரித்து அசையாமல் கிடந்தபடி, இளவெயிலை இறக்கைக்குள் திணித்துக் கொண்டிருந்தது பருந்து. விடிவெள்ளி தாத்தா பையோடு வந்து நின்றார்.

“வெயிலுக்கு முன்ன போணும் சீக்கிரம் புடிச்சித்தாங்க...”

பருந்து எங்கேயோ பறந்துவிட்டது என்று சொல்லிவிடலாமா... அருகில் இருப்பதாக தாத்தா காட்டித் தந்தார். வீட்டில் எல்லோரும் சேர்ந்து வெளியில் வந்து பார்க்க, மெதுவாக விசில் அடித்து அழைக்க இரண்டொருமுறை திரும்பிப் பார்த்துவிட்டு அமைதியாக இருந்தது. கையில் உணவை வைத்து அழைப்பதுபோல் அழைக்க, பனிச்சறுக்கு செய்வதுபோல் சாய்வாக சரிந்து சறுக்கிக்கொண்டு வந்தது. பிடித்து மடியில் வைக்கவே, எந்த மறுப்பும் சொல்லாமல் பேன் பார்க்க தலையைத் தருவதுபோல் அசையாமல் அமர்ந்து சரிந்துகொண்டது. மெதுவாக அதன் மேனியைத் தடவி வாயில் விரலைக் கொடுத்ததும் கைவிரலை வலிக்காமல் கொத்தியது.

அதன் கால்களை கட்டச் சொன்னார் தாத்தா. விபரீதம் நடப்பதாக உணர்ந்து வேகமாக இறக்கைகளை அடித்து இதயத்தின் துடிப்பை வேகமாக்கியது.

பையில் போட்டு இரண்டொருமுறை ஊஞ்சல் ஆட்டுவதைப்போல் ஆட்டினார். சிறகில்லாமல் பறந்தது பருந்து. தலையைத் தாழ்த்தி கண்ணை மூடிக் கிடந்தது. பையை துளைத்துக் கொண்டு வெளியே நீட்டிக்கொண்டிருந்தது அதன் கருத்த இரும்பு கொக்கி நகங்கள். தப்பிக்கும் முயற்சியை அது கைவிட்டது. தாத்தா எடுத்துச் செல்வது குழந்தையை தொட்டிலுக்குள் போட்டு எடுத்துச்செல்வது போன்றே இருந்தது. மற்றவர்கள் சந்தோஷமானார்கள்.

பருந்தைப்பற்றி விடிவெள்ளி தாத்தாவிடம் கேட்க,அவர் பத்திரமாக பறத்திவிட்டதாகச் சொன்னார்.

காய்ந்த அதன் எச்சங்கள். பஞ்சைப்போன்ற மெல்லிய மிருதுவான சின்னச் சின்ன இறகுகளும் வீட்டைச் சுற்றிச்சுற்றியே காற்றில் வட்டமடித்து விளையாடின. அதில் ஒரு சிறகை மாத்திரம் பிடித்து கையில் வைத்து கன்னத்தோடு அணைக்க கையைவிட்டு காற்றுக்குள் புகுந்து பறந்தது. ஒவ்வொரு சிறகுகளும் தனித்தனி பறவையாகிறது.

சாயங்காலம் பருந்து மீண்டும் திரும்பி வந்துவிடும். பிழைத்திருந்தால் சந்தோஷமே. எதிர்மறையான சிந்தனையால் மனம் சோர்வாகவே காணப்பட்டது. காகங்களின் சிறகடிப்பு சத்தம் பருந்துதானோ என்று எட்டிப் பார்த்து, வானத்தையும் மரக்கிளைகளையும் கவனித்தவாறே இருக்க. வானத்தில் வட்டமடிக்கும் வேறு பருந்துகளின் சத்தம் குழந்தையின் சிணுங்கல் சத்தம் போலவே தெளிவாகக் கேட்டன. பருந்தின் இருப்பை உள்ளுணர்வு உணர்த்தியவாறே இருந்தது. கல்லெடுத்து எறிந்து துரத்தும் சிறுவர்களின் கூச்சல் சத்தம் கேட்டு வீட்டிலிருந்து வெளியே வந்து பார்க்க, பாம்பு ஒன்றை காலில் தூக்கி வந்து, கூரைமேல் வைத்து அழுத்தமாகக் கொத்தித் தின்றுகொண்டே தலையை திருப்பித் திருப்பி எல்லோரையும் பார்த்துக் கொண்டிருந்தது.

# செல்வி

அசை போட்டபடியே ஆடுமாடுகள் படுத்துக்கிடக்க, மங்கலான மஞ்சள் வெயில் எரித்துக்கொண்டிருந்தது கொட்டகையை. பெண் ஆட்டின் மீதேறி முட்டிக்கொண்டிருந்தது கிடா. மழைத்தூறலில் நனைந்த மரங்களின் சிலிர்ப்பும், குளிர்ச்சியான காற்றின் வருடலை சுவாசித்தபடியே குட்டி நாயொன்று முற்றத்தில் படுத்துக்கிடந்தது. அதை அவன் இரண்டு மாதத்திற்குமுன் கொட்டகையை நெருங்கிய மறைவி த்தில் நான்கு ஆண் குட்டிகளோடு கண்டிருந்தான். ஆண் குட்டிகளைக் காணவில்லை. தாயின் அரவணைப்பில் ஆரோக்கியமாக கொழுகொழுவென இருந்த குட்டிக்கு செல்வி எனப்பெயர் வைத்திருந்தான் தாஸ். நாயின் மூச்சிரைக்கும் ஹக்...ஹக்... சத்தம் கேட்டால் அவனுக்குள் ஒருவன் ஒளிந்திருந்து தன்னை இம்சிப்பதாக உணர்ந்தான்.

மந்தைகளின் உரிமையாளர் கட்டிக்கொடுத்த தற்காலிக வீடு. வேளிமலை அடிவாரத்தில் ஆற்றையொட்டி இருந்தது. அதிகம் இழுக்கும் சக்திகொண்ட பெரியாற்றின் குறுக்கே ஒற்றைப்பனைதான் அவன் கொட்டகைக்குப் போகும் வழி. பாலமாய் போடப்பட்டிருந்தது.

சிறுவயது முதலே அவன் அம்மாவோடு மலையில் இருப்பதால் எளிதில் கரடுமுரடான பாதைகளைக் கடந்துவிடுவான். சற்றுத் தொலைவிலேயே செங்கல் சூளைகள் இருந்தன. அதில் வேலைபார்க்கும் ஆண்களும் முதலாளிகளில் சிலரும் கொட்டகை இருட்டில் கரைபவர்களாயினர். இதனால் நிரந்தர இடமின்றி, நினைக்கும் இடங்களில் தங்கிக்கொள்வதையே வழக்கமாக்கினான், தாஸ். சாயங்கால நேரத்தில் எப்போதாவது அவன் அம்மாவை பார்க்கப்போவான்.

அன்று மாலை அவன் அம்மாவின் நிர்வாண உடலையும் அதற்கு துணையாக கிடந்தவனின் உடலையும் தாழ்ப்பாள்களற்ற ஓலைக்கதவு காற்றில் திறந்து காட்டியது. பேச்சற்றவனானான். தாயை இனிமேல் பார்க்கவே கூடாதென்று விறுவிறுவென செல்வியோடு எங்கு போவதெனத் தெரியாமல் நடந்தான். ஒருகாலை உயர்த்தியும் ஒருகாலை தாழ்த்தியும் கோணலான வாய்க்குள் அடைபடாத பற்களும், இளவயதுடையவனாக இருந்தாலும் முதுமையான தோற்றத்தைக் காட்டியது அவன் தேகம். தன்னை கேலிப்பொருளாக சித்தரிப்பது குறித்த கவலையும் அவனுக்குண்டு. யாரும் அவனிடம் உள்ளார்ந்த அன்போடு பழகுவதில்லை என்பதும், திக்கித்திக்கிப் பேசும் தன்மையும், யார் சொன்னாலும் நம்பும் குணமும் கொண்டவன். உடலுக்குப் பொருந்தாத தொளதொள சட்டைகளை அணிந்திருந்தான்.

ஊரின் ஒதுக்குப்புறத்தில் இருந்த வாதாம் மரத்தடி கொல்லப் பட்டறையில் தங்கிக்கொண்டான். பட்டறைக்காரனுக்குக் கையாளாக வேலை பார்த்தான். தினமும் சிறுதொகை ஒன்றை சம்பளமாகக் கொடுத்தான் உரிமையாளன். இடையிடையே அவனுக்குத் தெரிந்தது மாதிரி பெரும்பாலும் கஞ்சியே சமைத்துச் சாப்பிட்டான். முதல் சாப்பாடு செல்விக்கு.

பருவகாலச் செல்வி, இளமையான துள்ளல் நடையுடன் பார்ப்போரைக் கவர்ந்தது. செவலையும் வெள்ளையும் கலந்த நிறம். முகத்தில் மட்டும் கொஞ்சம் கறுப்பு கலந்திருந்தது. காதுகள் இரண்டும் கூர்மையாக வான்நோக்கி இருக்க, ஐயனாரின் கம்பீரம் அதன் கண்களில் தெரிந்தது. அது, 'அசல் நாட்டுக்கட்டை' என்று பார்ப்போர் தாசிடம் வம்பிழுத்துச் சிரித்துக் கொண்டனர். நெடுஞ்சாலையின் மறுபக்கம் விசித்திர உலகம் இருப்பதாக நினைத்தது. ரோட்டைக் கடந்து அந்தப் பக்கம் போனதேயில்லை.

சிலரது வாகனங்களை துரத்திச்சென்று விரட்டிவிட்டதாக நினைத்து வீராப்புடன் சமாதானமாகும். மீன்கடையில் மீன் வருவதற்குமுன்பே மீன் பெட்டிகளை மோப்பம் பிடித்து முந்திக்கொள்ளும். ஒரு குழந்தையின் விளையாட்டை தாய் ரசிப்பதுபோல் செல்வியை சிலநேரங்களில் தனித்து ரசித்திருந்தான்.

வேண்டாத பட்டறையின் பொருட்களை ஆக்கரில் போடுமாறு தாசின் முதலாளி சொல்லியிருந்தான். ஆக்கர் கடையில் வீணான சி.டி.க்கள் கட்டித் தொங்கவிடப்பட்டிருந்தன. வெயிலின் தொடுதலில் வெட்டி, வெட்டி மின்னி வெளிச்சம் காட்டினதைக் கவனித்த தாஸ்,

“எனக்கும் இதுல நாலு குடுங்க”

“வாரிக்கிட்டுபோ, எடத்த அடச்சிக்கிட்டு வேற கெடக்கு. நல்ல மொகம் தெரியது மாதிரி பாத்து எடு. நெருக்கநெருக்கமா கெட்டிப்போடு. அப்பத்தான் பட்டற பொறி தெறிக்கியது அதுல தெரியணும். மொதலாளிட்ட சொல்லு கொசுவராதுன்னு. தாஸ் பேசாம எங்கிட்ட வேலைக்கு வந்திரு. ஒன்ன ஒரே வருஷத்துல இஞ்சினியராக்குறேன்.”

“வேண்டாம்னே, மொதலாளி பாவம் திட்டுவாரு.”

“ஓகோ, அவ்வளவு பாவமாக்கும்” பொருட்களை ஒதுக்கியவாறே கேட்டான்.

சி.டி.க்களால் ஜொலித்தது கொல்லப்பட்டறை. பட்டறைக்கு வரும் வாடிக்கையாளர்களிடம் சி.டி.யால் கொசுக் கடிப்பதில்லை என்று சொன்னான். கடுப்பாகிப்போன பட்டறை உரிமையாளன்,

“ஆமா அந்த வடக்குப் பக்கம் மட்டும் கட்டாமல் பாக்கியிருக்கு. அதுலயும் கட்டிவிடேன், கொசு மொத்தத்துல இந்த எடத்தவிட்டே ஓடிரும்” என்றான்.

எல்லோரிடமும் வலியப் பேசி நலம் விசாரிப்பான். அதுகூட, தன்மேல் மற்றவர்கள் அக்கறைகாட்டுவார்கள் என்று நினைத்தான், தாஸ்.

செல்வியை மற்ற ஆண் நாய்கள் மோப்பம் பிடித்து வருவதைக் கண்டபோது அவைகளை கடிக்காத குறையாக குரைத்து விரட்டிவிடும். அதைப் பார்த்தவன் செல்வியோடு அதிக

அக்கறைகாட்டி சோறு அதிகமாகக் கொடுத்தான். சிலமாதங்கள் கழித்து செல்விக்குள் மாற்றத்தைக் கண்டான். இரண்டொரு வாரத்தில் எங்கேயோ குட்டி போட்டுவிட்டு தாசிடம் வந்து நின்றது தாய்மையோடு. புரிந்துகொண்டவன் ஆறவைத்த கரிகளை சாக்கில் வாரிப் போட்டுக்கொண்டே வாயில் வடியும் எச்சிலை அவ்வப்போது தவறவிட்டு செல்வியைப் பார்த்து ச்சோ...ச்சோ... என்று விரட்டினான்.

தெருவில் இணை சேர்ந்து நின்ற செல்வி, பலபேரிடம் இருந்து கல்லெறியும், அடியும் வாங்கி துரத்தியடிக்கப்பட்ட நிலையில், பட்டறை சாம்பலில் புரண்டு தீக்குள் இருந்து எழும்பி வருவதைப்போல் வந்தது. செல்வியை அவனுக்குப் பிடிக்காமல் ஆயிற்று. அதனாலேயே அதைக் கண்டும் காணாமலும் நடந்தான். தாஸ் தன்னை வெறுப்பதை உணர்ந்துகொண்ட செல்வி சாப்பாட்டுக்காக எங்கெங்கோ அலைந்து திரிந்தது. செல்வி போடும் குட்டிகள் எல்லாம் ஆண்குட்டிகளாக இருந்ததால் தனிமையில் குழந்தைகளைத் தேடி அலையும். கருப்பு திராட்சை கொத்துகளைப் போன்ற முலைகளை தட்டித்தட்டி நடக்கும்போது தெருவெங்கும் தெறிக்கின்ற தாய்மையின் வெண்துளிகள்.

காணும் இடமெல்லாம் சொந்தமென்றும் சுதந்திரமாக எங்கு வேண்டுமானாலும் படுத்துக்கொண்ட செல்வியின் பெண் உறுப்பில் ஒட்டிக்கொண்டிருந்த மணலோடு ஈக்களும் இருந்தன. வெண்மையான பற்களைக் காட்டி மணல் குவியலின் மேலே இளவெயிலைத் தாங்கி மல்லாந்து கால்களைத் தூக்கி அசையாமல் கிடந்தது. அடிக்கடி செல்வியோடு மல்லுக்கட்டுவதில் பாக்கியத்தின் பங்கு முக்கியமானது.

ஆத்திரத்துடன் பாக்கியம், 'யன்னா... சொகம் ஒனக்கு, மெனக்கெட்ட வேல எனக்கு. மணல கூட்டிவைக்கிறதும் ஒனக்கு கலைக்கிற வேல. ச்சீ... பீ அள்ளுய வேலையா போச்சி' கல்லை எடுத்து எறிய குறிதவறி அருகிலுள்ள தகரத்தில் போய்ப் பட்டு டமார்... சத்தத்தில் விழித்துக்கொண்டது.

சோம்பல் முறித்து மணலை உதறுவதற்குள் அடுத்த கல் வந்து அருகில் விழ எறிக்கு தப்பிக்கொண்ட கோபத்தில், 'நாளைக்கி வா... மணல்ல முள்ளுபோட்டு வைக்கிறேன்' என்றான்.

தாஸை பார்த்து வாலை ஆட்டி அடுத்த கல் வருவதைப்போல் எச்சரிக்கையோடு எதிர்பார்த்து ஓடியது.

ஹோட்டலின் ஓரம் மாலை மழைக்கு ஒதுங்கிக் கொண்டான். ஒற்றைக்காலைத் தூக்கி குளிரோடு வலியையும் தாங்கி சுருண்டது தாஸின் அருகில். உடலை உரிமையுடன் தொடும் ஈக்களை கடித்து விரட்டி, தலையை கால்களுக்கு இடையில் நுழைக்கமுடியாமல் கழுத்தில் மாட்டிக்கொண்டிருந்த பிளாஸ்டிக் குடத்தின் வாய்ப்பகுதி. தாஸ் ஏதோ நினைத்தவனாய் பட்டறையில் இருந்த கத்தியை எடுத்து பிளாஸ்டிக் குடத்தின் வாய்ப்பகுதியை அறுத்துவிட்டான்.

கரித்துண்டுகளாக கூறு போடப்பட்ட அவன் உடல் உலையின் வெப்பத்திற்காக தணிந்து கிடக்கிறது. கரையான்கள் அரித்தலுக்கு ஈடுகொடுக்கின்ற உடல் அர்த்தமில்லாத கோபம், ஆதங்கம் யாரோடு காட்ட என்னவோ செல்வியோடு காட்டி வந்தான்.

அவனைக் கிண்டல் செய்கிறவர்களைத் தண்டிப்பதற்காக டீக்கடைகாரரிடம் கேட்டு வாங்கிக் கொண்டான் அவசரபோலீஸ் நம்பர். பாக்கெட்டில் பத்திரமாக வைத்திருந்த தொலைபேசி நம்பரை அடிக்கடி தொட்டுப் பார்த்தே அவனது ஒரே ஆதாரம் காணாமல்போயிருந்தது. டீக்கடையின் ஓரத்தில் படுத்திருந்த செல்வி, தாஸ் டீ வாங்கப்போனால் மெல்ல முறுவலித்து சிறுகொஞ்சலுடன் தன் இருப்பை வெளிக்காட்டும். கொஞ்சநாளாக செல்வியிடம் அதிகம் வெறுப்பைக் காட்டாமல் மீதம் வந்த உணவுகளை ஏனோதானோ என்று கொடுத்தான்.

வாதாம் மரத்தடியில் படுத்துக் கொண்டான் தாஸ். அவனைத் தொடர்ந்தது செல்வி. இரண்டு நாள் கூலியை பாக்கெட்டில் வைத்து அடிக்கடி தொட்டுப் பார்த்தான். மஞ்சளும் சிகப்பும் கலந்த பழுத்த இலைகள் அவன்மீது விழ, எடுத்து கன்னத்தில் அதன் குளுமையை ஒற்றி ஒன்றன்மீது ஒன்றாக அடுக்கிவைத்தான். ஒற்றை அணிலின் சத்தத்தில் அண்ணாந்து பார்த்தபோது அவனுக்கு மலையின் நினைவுகள் வந்துபோயின. அருகில் நின்ற செல்வியை எறிவதுபோல் போக்குக் காட்டி விரட்டினான்.

மாலை ஆறுமணிக்கு வருவதாகவும், வேலை முடித்துவைக்கச் சொல்லிவிட்டு போனவர் ஞாபகத்திற்கு வர உலையில் கரிகளை வாரிப்போட்டு துருத்தி மூச்சுவிட உலை உயிர்பெற்றது. துருத்தி

மூச்சுவிடும் சத்தம்; தாசிற்கு நாயின் மூச்சிரைப்புபோன்றே கேட்டது. நெருப்பாய் மாறிப்போன இரும்பை பூடத்தால் அடைக்கல்லில் வைத்து ஓங்கி அடித்துக்கொள்ளும் சத்தத்தில் தலை அடைக்கல்லில் மாட்டிக்கொண்டதுபோல் வலித்தது.

வழக்கமாக டீ வாங்கும் கடை மூடியிருந்ததால் நெடுஞ்சாலையின் மறுபக்கம் போய் டீ வாங்கி வரும்படி கூறினான் பட்டறைக்காரன். பெரியாற்றின் குறுக்கே போடப்பட்டிருக்கும் ஒற்றைப் பனை பாலத்தைக்கூட சுலபமாகக் கடந்துவிடும் தாசிற்கு, இந்த தேசிய நெடுஞ்சாலையைக் கடப்பது சிரமமாக இருந்தது. அதற்குக் காரணம், அவனுக்கு ஏற்பட்ட விபத்தினால் கழுத்தை அவனால் சாதாரணமாக திரும்பிட முடியாது. பின்பக்கமும் தலையைத் திருப்ப முடியாமல் இருந்தான். அவன் அமைதியாக நிற்பதைப் பார்த்த பட்டறைக்காரன்.

“அதுதான் கண்ணாடி வச்சிருக்கல்ல.”

“..........”

“என்ன பேசாம நிக்கிற.”

“சரி விடு.”

“யாராவது வந்தா வாங்கச் சொல்லலாம்.”

தாஸ் பாக்கெட்டில் கண்ணாடியை ஒருமுறை தொட்டுப் பார்த்தான். வழியில் போகும்போது கண்ணாடிவழியாக பின்னால் வரும் வண்டிகளைப் பார்ப்பதற்காக. கைக்குள் அடங்கியது கண்ணாடி. சாலையில் நடந்து செல்லும்போது பலமுகங்களைக் காட்டினாலும் அவன் கவனமெல்லாம் பின்னால் வரும் வண்டிகளைப் பற்றியே இருந்தது.

அந்தச் சிறிய கண்ணாடிக்குள் வாகனங்களின் முகங்கள் தெரிகின்றன. அவன் பின்னால் செல்லும் முகங்களை காட்டிக் கொடுக்கிறது. சிலவேளைகளில் கண்ணாடியைப் பார்த்தபடியே நடப்பதால் கால் தடுக்கி விழுந்து கண்ணாடி உடைந்துவிடுவதும் உண்டு.

கண்ணாடியின் கதையை அவன் யாரிடமும் சொல்லியது இல்லை. கண்ணாடி பல கதைகளை அவனுக்குச் சொல்லிக் கொடுத்துள்ளது. இப்போது அவன் வைத்திருக்கும் நான்காவது

கண்ணாடி, கிளிப்பச்சை கலரில் சட்டம் போடப்பட்ட வட்டக் கண்ணாடி. தெளிவாகத் தெரிவதற்காக எச்சில் துப்பி வேட்டியின் உள்பக்கத்தை வைத்து துடைத்து வைத்துக் கொள்வான்.

கண்ணாடி அடிக்கடி மாறினாலும் மற்றவர்கள் தாஸை பார்க்கும் முகபாவனைகள் ஒன்றாகவே இருக்கின்றன. மனிதர்களைத் தவிர மற்ற எல்லாம் கண்ணாடிக்குள் அழகாக ஒளிந்து கொண்டன.

இரவுகள் அவனுக்கு தனியொரு உலகமாய் மாறியிருந்தது. தூங்கும் முன் படுக்கையில் சிலுவை வரைந்தான், கெட்டகனவுகள் வராமல் இருப்பதற்காக. சிலுவையின் மையத்தில் படுத்துக் கொண்டான். சிலநாள் போதகரோடு இருந்த பழக்கத்தால் வந்தது இவனின் பக்தி. ஏவாளின் ஆப்பிளுக்காக காத்துக் கிடக்கும் இவன் கரம்.

தூக்கத்தின் இடையில் செல்வியின் சத்தமும், சுற்றுவட்டார நாய்களின் கூட்டம் செல்வியோடு காட்டும் அக்கறை அவனுக்குள் வெறுப்பை, எரிச்சலை உண்டுபண்ணினது. எழும்பிச் சென்று கல்லெறிந்து விரட்டிவிட்டு, ஓடி ஒளிந்து விளையாடும் கரப்பான்பூச்சிகளை அதன் உணர்கொம்புகளைப் பிடித்துத் தூக்கி உலையின் சாம்பலுக்குள் தூக்கி எறிவான். சாம்பலில் புரண்டு ஓடுவதை வேடிக்கை பார்த்து, இரவு நேர விளையாட்டாக்கினான்.

பட்டறையில் வேலையில்லாத நேரம் ஒத்தையில அவனே உலையை மூட்டி வேகவைத்த இரும்பை சுத்தியால் அடித்து ஏதோ ஒன்றைச் செய்துகொண்டிருந்தான். தீயின் மணம் பட்டறை முழுவதிலும் நிரம்பின. உள்ளே வந்த பட்டறைக்காரன் "அட... என்ன வேல இது? பட்டறைய கொளுத்திப்புடாதடே... தாசு நா சொன்ன வேலைய மட்டும் செய்தா போதும்" என்றான்.

இரவு சமைப்பதற்காக அடுப்பில் வைத்த பானையில் நீர் கொதித்துக் கொண்டிருந்தது. விட்டில் பூச்சிகளின் சத்தம் இருட்டின் அர்த்தத்தைப் பாடிக்கொண்டிருந்தன. அவற்றின் பாடலையும் மீறி அமைதியான இருட்டிலிருந்து அந்தச் சத்தம் வந்துகொண்டிருந்தது. தாசின் உடலுக்குள் இருப்பவன் மெல்ல மெல்ல படரத் தொடங்கினான். சத்தம் வந்த திசைநோக்கி சூடான வெந்நீரை மீன் வலைபோல் வீசினான். வலியின் அழுகையோடு சருகுகளை மிதித்து ஓடின. சத்தம் தூரமாகக் கேட்டு நின்றது.

மூன்று நாளாக சாம்பல் கொட்டும் இடத்தைவிட்டு எழும்பவேயில்லை செல்வி. லேசான வாடையும் வந்துகொண்டிருந்தது. என்ன,

ஏதென்று அருகில் போய்ப் பார்த்தான். தீ பட்ட காயமாக பாதி உடல் வெந்து சிவப்பேறியிருந்தது.

பழுத்த வாதாம் இலையில் சோற்றைக் கொண்டு வைத்தான். அருகில் வருவதை உணர்ந்த செல்வி, வலியிலும் வாலை ஆட்டி சோற்றைச் சாப்பிடாமல் திரும்பிப் படுத்துக்கொண்டது. மறுநாள் சோறும் வாதாம் இலையும் இருந்தது. செல்வி கிடந்த அந்தத் தடமும். சிதறிக்கிடந்த சாம்பலைக் கூட்டிவைக்க மனம் இல்லாமல் அடுத்த இடத்தைப் பார்த்து சாம்பலைக் கொட்டினான். சாம்பல் கொட்ட வரும்போதெல்லாம் ஒருமுறை திரும்பிப் பார்த்துக் கொண்டான் - அது அங்கே இருப்பதாக.

- கணையாழி, ஏப்ரல், 2019

๏ ๏

# சைக்கிள் சவுட்டு

பிறந்த ஊருக்கு வரும்போதெல்லாம் அந்தப் புளியமரத்து மைதானத்தையே வைத்தகண் வாங்காமல் பார்த்தபடியே வருவாள். சுற்றி கோட்டைமாதிரியான சுவர்கள். பெரியதொரு இரும்பு கேட். பறவைகளற்ற மைதானமாகக் கிடக்கிறது இன்று. சின்னதும் பெரிதுமான அட்டைப்பெட்டிகளை அடுக்கிவைத்ததைப் போன்ற இரண்டு கட்டடங்கள். அந்தக் கட்டடச் சுவருக்குள்ளிருந்து ஒலிபெருக்கியில் அந்தக் குரல் கேட்பதுபோலவே நினைத்தாள்.

'பெரியோர்களே, தாய்மார்களே, தம்பி, தங்கச்சிமாரே அனைவருக்கும் அறிவிப்பது எங்கள் டிஸ்கோத் கலைக்குழுவின் சார்பாக ஊரின் ஒதுக்குப்புறமான புளியமரத்து கிரவுண்டுல சைக்கிள் சவுட்டு இன்று மாலை ஆறுமணியிலிருந்து ஐந்து நாட்கள் நடைபெறவுள்ளது. ஊர்ப் பொதுமக்கள் அனைவரும் வந்து ஆதரவு தருமாறும் கண்டுகளிக்க வருமாறும் அழைக்கின்றோம்' என்றவாறே, டொட்டடொயிங் மியூசிக்போட்டபடி சின்ன விளம்பரங்களையும் அறிவிப்பார்கள்.

இப்படி பலமுறை அழைத்ததால் டென்சிலி அடுப்பில் கொதித்துக் கொண்டிருக்கும் கஞ்சியைக்கூட பொருட்படுத்தாமல் வெளியில் எட்டிப் பார்த்தாள்.

"என்ன அங்க பாத்துக்கிட்டு இருக்க, போய்... சோத்த வடிச்சி வை. உச்சக்கடைக்கிப் போய் சமைக்க ஏதாவது வாங்கிட்டுவாரேன். மீன்கொழம்பு வைக்க மசாலா சாமான் அம்மிகிட்ட எடுத்து வச்சிருக்கேன். நல்லா வழுதோட அரச்சி வை. அப்பா, வயல்ல உழுதுட்டு பசியோட வருவாரு. சைக்கிள் சவுட்டு பாக்க உடணும்ணா நல்லா அரைச்சி வை... பதட்டத்தில நத்துரு திருதிருன்னு அரச்சிராத" என்றாள், அவள் அம்மா.

வெள்ளையடிக்கப்பட்டு பல வருடங்கள் ஆன அடுக்களை. கருப்பு பெயின்ட் அடிக்கப்பட்டது மாதிரியிருக்கும். காற்றோட்டம் இல்லாத இடம். கட்டித் தொங்கவிடப்பட்டிருக்கும் இரண்டு உறிகள். எப்போதும் பகலில் எரிந்துகொண்டிருக்கும் அணையா விளக்காய் சுடர்விட்டுக் கொண்டிருந்தது சிம்னி. தலைதாழ்த்திப் பணிவுடன் சென்றால் தலை பத்திரமாக இருக்கும் வாசல். அடுப்பின் எதிரிலேயே அமர்ந்திருந்தது அம்மிக்கல். அம்மி ஒரு பலகையால் மூடப்பட்டிருந்தது. கோபத்தில் அம்மியின்மீது போடப்பட்டிருந்த பலகையை எடுத்து எறிந்தாள். அதிலிருந்து பூரான் சரசரவென ஊர்ந்து ஓடியது. விளக்கை எடுத்துத் தேடி அம்மாவின் மீதுள்ள கோவத்தை பூரானிடம் காட்டித் தூக்கி வீசி, பின் அம்மியை நல்லா கழுவி, முதலில் அம்மியில் மஞ்சள்துண்டை வைத்து ஓங்கித் தட்டி. மஞ்சள் இரண்டாக முறிந்து ஒன்று அம்மியிலும் மற்றொன்று தெறித்தும் ஓடியது. எங்கே என்று தெரியாமலும் தெறித்து ஓடிய துண்டைத் தேடாமல் மீண்டும் ஏழு அறைகள்கொண்ட மசாலா மரப்பெட்டியைத் திறந்து மரப்பெட்டியினுள் தேடிப்பிடித்த கொஞ்சம் மஞ்சளை எடுத்துவைத்து. பின், அம்மா எடுத்துவைத்த மசாலா சாமான்கள் சேர்த்து நன்றாக அரைத்தாள்.

தினமும் மத்தியானம் அம்மியில் அரைக்கும் சத்தம் டென்சிலி வீட்டில் மட்டும் கேட்கும். அரைக்கும் சத்தம் கேட்டாலே பசியுடன் கூடிய உற்சாகம் வந்துவிடும்.

'நன்றாகப் படித்திருந்தால், இப்படி வீட்டு வேலைகள் செய்து கஷ்டப்பட வேண்டியதில்லை. வேலை செய்யச் சொல்லும்போதெல்லாம் அக்கா பாடப் புத்தகத்தை எடுத்து

வைத்துக்கொள்வாள். அதைப்போல் செய்யலாம், மீண்டும் பள்ளிக்கூடம் போகலாம் என்று ஆசைதான். காலம் கடந்தாச்சு. திருப்பிக் கிடைப்பதும் கஷ்டம்தான். கல்யாணமாவது பண்ணி வச்சாங்கண்ணா நிம்மதியா இருக்கும். ச்சே... என்ன நினைப்பு இது. நெல்ல வித்துதான் அக்கா கல்யாணக் கடன அடைச்சாங்க. அதப்பத்தி இப்போ எங்க நினைக்க.'

முனங்கிக்கொண்டே தாமதமாக வேலைசெய்வதைப் பார்த்த அவள் அம்மா, "பேசிக்கிட்டே இருக்காம வேலையைப்பாரு... மனுஷன் வயிறு பசியோட வருவாரு. இந்த லெட்டர்காரன் வாறதுண்டுமா?"

"அவரு வரத்தான் செய்யிறாரு, நமக்கு லெட்டர்தான் வரல."

"இந்தப் பய போய் இரண்டு மாசம் ஆச்சி. நல்லபடியா வந்து சேந்தேண்ணாவது ஒரு லெட்டர் போட்டானா?"

"புலம்பாதம்மா, அண்ணன் தீபாவளிக்கு ஊருக்கு வந்திடுவான். எங்கிட்ட சொன்னான்."

"இந்தப் பயலுக்கு இவ்வளவு கோவம் ஆவாது. தொழிகிடாவு தொழிகிடாவுன்னு பயலுவ கூப்பிட்டதால மெட்ராசுக்கு ஓடிட்டான். வயல் வேலையை கேவலமா நினைச்சிட்டான். வயல்ல ஒத்தையில கஷ்டப்பட வேண்டியதா இருக்கு."

"மாட்டுக்குப் பருத்திக் கொட்ட ஊற வச்சிருக்கேன். அதையும் உரல்ல அரைச்சி கலக்கி மாட்டுக்கு வச்சிரு."

நேரம் செல்லச்செல்ல அவள் நினைப்பு முழுவதும் சைக்கிள் சவுட்டு பத்தியே இருந்தது. இதனால் வேலையில் உள்ள கஷ்டம் தெரியாமல் சுறுசுறுப்புடன் செய்தாள். சைக்கிள் சவுட்டு ஊருக்குள் வந்ததிலிருந்து தினமும் ஒரு சினிமா பார்ப்பதுபோல் இருக்கும். அவர்கள் ஊரைவிட்டுப் போகும்போது, ஏதோ நீண்டகாலம் பழகிய சொந்தங்கள்போல் ஓர் இனம்புரியாத உறவின் பிரிவு மனதை அழுத்தும். சிலர் வெளிப்படையாக அழுதுவிடுவதும் உண்டு. இவர்களின் தற்காலிகப் புகலிடமாக இருக்கும் புளியமரத்து கிரவுண்டு விழாக்கோலம் பூண்டிருந்தது. இந்த நாடோடிப் பறவைகளின் வரவால் அந்தப் பரந்த பெரிய புளியமரத்தில் வசிக்கும் பறவைகள் இவர்களுக்கு இடையூறு இல்லாமல் இடத்தை விட்டுக் கொடுத்துவிட்டு இரவு நேரங்களில்

வேறு மரங்கள் பார்த்துத் தங்கச் சென்றுவிடும். இளவட்டங்கள் ஒரு கூட்டம் புளியமரத்தின் கிளைகளில் உட்கார்ந்தும் படுத்துமாய் நடன நிகழ்ச்சிகள் பார்ப்பதும், புளியம் இலைகளை உருவி எறிவதும் கூச்சல் இடுவதுமாக இருப்பார்கள். புளியம் பிஞ்சுகளையும் காய்களையும் பறித்து பூவாரி சொரிவதுபோல வீசுவார்கள். பெரிய புளியங்காய்கள் பார்வையாளர்களின் தலைகளிலும் விழும். சிலநேரங்களில் கிழவிகளின் தலைகளில் விழுந்தால் அவ்வளவுதான். விழுந்த வேகத்தில் தாறுமாறாய் கெட்ட கெட்ட வார்த்தைகள் திரும்பியெழும். இளவட்டங்களோ அதற்குப் பதிலாக விசிலடித்தும் ஊளையிட்டும் குதூகலிப்பார்கள். இப்படியே ஒருபக்கம் குரங்குச் சேட்டைகள் தொடரும்.

புளியமரத்தில் பரந்துயர்ந்த கிளைகளுள் மிக எளிதாக ஏற இரண்டு கிளைகள் சாய்வாகவே இருக்கும். கிரவுண்டின் ஓரங்களில் நிற்கும் மரங்களிலேயே அதிக வயதான மரம் இதுதான். "இது எனக்கு உதவுதோ இல்லியோ, ஊருக்கு உதவும்" என்று, அம்மரத்தின் சொந்தக்காரர், அடிக்கடி மரத்தைத் திட்டுவதுபோல் பெருமைப்பட்டுக்கொண்டே மற்றவர்களிடம் சொல்லுவார்.

ஐந்து நாட்கள் நடைபெறும் சைக்கிள் சவுட்டில் சைக்கிளைவிட்டு இறங்கக் கூடாது. குளிப்பது, பல்தேய்ப்பது, கட்டுப்பாடுகளுடன் உணவு உண்ண வேண்டும். நீர் அதிகம் அருந்தமாட்டாள். மலம், சிறுநீர் கழிக்கமட்டும் கீழ் இறங்குவாள். உடைகள் மாற்றுவதுகூட சைக்கிளில் இருந்துகொண்டே செய்வாள். பேன்ட், சட்டை போட்டு இரட்டை ஜடைப்பின்னலுடன் சைக்கிளில் ஏறி உட்கார்ந்து இருக்கும் அழகைப்பார்த்தால் அவளாக நான் என்ற எண்ணம் தோன்றும். அவளின் துணிச்சலும், கம்பீரமும் பெண்மைக்கு அழகு சேர்த்தது. காலைப் பொழுதில் அவள் மட்டும் மைதானத்தை சைக்கிளில் சுற்றிச் சுற்றியே வருவாள். வெயில் அடிக்கும் மத்தியான வேளைகளில் முகத்தில் வெயில்படாதவண்ணம் திசையை மாத்திச் சுற்றுவாள். சிறு மழைத்தூறலுக்குக் குடையை இடது கையிலும் வலது கையிலுமாக மாத்தி மாத்தி, இல்லேண்ணா தோளுல கழுத்த வச்சி பிடித்தபடி சைக்கிள் சவுட்டுவாள். அவள் சைக்கிளில் சுற்றும் அழகைப் பார்த்து கிறங்கிய சிறுசுகளும் பெருசுகளும் ஆளாளுக்கு தக்க சின்னதும் பெரியதுமாய் சைக்கிள் வாடகைக்கு எடுத்து சவுட்ட ஆரம்பித்துவிடுவார்கள். சைக்கிள் சவுட்டு முடிந்து அவர்கள் போனபிறகும் அந்த கிரவுண்டை வலம் வருவதும், போட்டி

போடுவதும் நடக்கும். ஊரில் தொற்றுவியாதி பரவுவதுபோல் எல்லோரையும் தொற்றிக்கொள்ளும் இந்த சைக்கிள் சவுட்டு.

அவளைப்பற்றி ஊருக்குள் பலவிதமாகப் பேசுவார்கள். 'பாருட்டியக்கா... அந்த சைக்கிள் சவுட்டுக்காரி நாலுமாசம் சூலியாம். அதையும் வச்சிக்கிட்டு கஷ்டப்படுது பாவம்.'

சிலர் அவளிடம் நேராகவே கேட்டவர்களும் உண்டு. ஊரார் சொல்லும் கஷ்டங்கள் அவள் முகத்தில் துளியும் இல்லை. எல்லாவற்றிற்கும் அவளின் புன்னகை ஒன்றே பதிலாக இருக்கும்.

நடனம் ஆடுபவர்களில் எம்.ஜி.ஆர், சிவாஜி, பிற நடிகர்களின் பாடலுக்கென்று தனியாக ஆள் இருப்பாங்க. இவர்களுக்கு ஜோடியாக ஆடுவதற்கு இரண்டு அல்லது மூன்று திருநங்கைகள் ஊருக்குள் வருவாங்க. திருநங்கைகள் ஊருக்குள் வந்தவுடன் விசித்திர பிராணி ஊருக்குள் நுழைந்துவிட்டதைப்போல் பயமும் கேலி கலந்த பார்வையோடு பார்ப்பதும், 'ஏ... பொம்பள பீச்சான்டோய்...' என்று சத்தம் போட்டுக்கொண்டே அவர்களின் பின்னாலேயே சிறுவர்களின் கூட்டம் தொடரும். பதிலுக்குக் கோபத்தில் வாயில் வந்தபடி திருநங்கைகள் திட்டுவார்கள். அப்போது சிரித்தபடி சிதறி ஓடும் சிறுவர்களின் கூட்டம். மீண்டும் ஒன்று சேர்ந்து சிறுவர்கள் கூட்டம் அவர்களைக் கேலி செய்ய, இளவட்டங்கள் சில அவர்களின் காது அருகில்போய் ஒரு தடவை பாவாடையை தூக்கிக் காட்டச் சொல்லி கேட்கும்போது, "ஒனக்க அம்மைக்கிட்ட காட்டச் சொல்லுங்கல தடிமாடுகளா" என்று திட்டிவிட்டு, பெண்மையின் நளினம் குறையாமல் நடந்து செல்வார்கள்.

மாலை ஆறு மணிக்கு பக்திப் பாடலுடன் ஆரம்பமாகியது சைக்கிள் சவுட்டு. விசில் சத்தமும், கூச்சலுமாக இருந்த கூட்டத்திற்குள் நுழைந்து முதல் இடத்தைப் பிடித்தாகிவிட்டாள்.

"அப்பாடா..." எனப் பெருமூச்சு வாங்கியபடியே, "ச்சே... சூப்பர் ஸ்டார் பாட்டு எப்ப வரும். அப்பாடா சிவாஜி பாட்டு வந்திருச்சி. இனி, அடுத்தது நம்ம தலைவரோட பாட்டுக்குத்தான் ஆடப்போறாங்க."

தாவணியில் கிழித்து வைத்திருந்த பேப்பர் துண்டுகளை அருகில் இருப்பவர்களிடம் அள்ளிக் கொடுத்து தானும் கணிசமாக வைத்துக் கொண்டாள்.

"அடுத்தபடியாக சூப்பர் ஸ்டார் நடித்த அண்ணாமலை படத்திலிருந்து 'வந்தேண்டா பால்காரன்' பாடலுக்கு ஆட வருபவர், அன்புத் தம்பி கதிரேசன்" என்று மைக்கில் சொன்னதும், ஆடியவனை அப்படியொரு பார்வை. பதினெட்டு வயது நிரம்பிய அழகான தோற்றம்கொண்ட இளைஞன். அவன் மேக்கப் போடாமல் இருந்திருந்தால் இப்போது இருப்பதைவிட மிகவும் அழகாக இருப்பான். இமைகள் மூட மறுத்த அடுத்த கணம் அவன் கண்கள் அவளை நோக்கின. அவள் மனம் என்னும் மைதானத்தில் அவன் மட்டுமே ஆடிக்கொண்டிருந்தான். அவன் அசைவுகள் ஒவ்வொன்றும் அவள் உடலில் இனம்புரியாத உணர்ச்சியை உண்டாக்கின. ஏதோ ஒன்று உடலுக்குள் புதுமையாக புகுந்துவிட்டதுபோல் இருந்தது. ஏன், நான் இப்படி என்ற கேள்வியின் பதில் அவனிடமிருந்தது. அன்றைய பொழுது அற்புதமாக இருந்தது. மீண்டும் மீண்டும் அவனையே கண்கள் காண ஏங்கின.

கூட்டத்தின் இடையில் யாரோ கைகளைப் பற்றி இழுப்பதுபோல் இருக்க, திரும்பியவுடன்,

"வா... எவ்வளவு நேரம் ஆச்சி, காலையில வேலையளுக்குப் போணும். சீக்கிரமா எழும்பணும் கூப்பிடலன்ன ராத்திரிபூரா இங்கேயே இருந்துருவபோல..."

"ஆமா அப்படித்தான் இருக்கு" என்று சொல்ல, வார்த்தைகள் வெளிவராமல் முணுமுணுத்தாள். ஒருவழியாக சிரமமாகவே போனது அன்றைய இரவு. காலை எழுந்து தொழுவத்தில் சாணம் அள்ளி அதை உரக்குண்டுல போட்டு, கூட்டில் முட்டி மோதிக்கொண்டிருந்த கோழிகளையும் திறந்துவிட்டும் அவள் வேலைகள் ஒரு நீண்ட பட்டியலைப்போல் தொடர்ந்துகொண்டே போனது.

"அக்கா... அக்கா... யாருங்க வீட்டில, ஆட்டகாரங்க வந்திருக்கோம்."

சத்தம் கேட்டு ஓடிவந்தாள். திருநங்கைகளைப் பார்த்தவுடன், "ஐயோ! நீங்களா வாங்க. பரவாயில்ல, குடிக்க தண்ணிகொஞ்சம் குடுங்க. அப்புறம் சமைக்கிறதுக்கு உங்களால முடிஞ்சதக் குடுங்க" என்று கைகளை நீட்டியவாறு நின்றார்கள்.

சிறிதுநேரத்தில் டென்சிலி கைகளில் அரிசியுடன் வெளியில் வந்து அவர்களிடம் கொடுத்துக்கொண்டே, "ஆமா, உங்க கூட இருந்தாருல்ல கதிரேசன் அவரு எங்க?"

"வெளியில போயிருக்காங்க."

"நீங்க எங்களுக்கு ஒரு உதவி செய்யணும். நாலுநாள் தங்க இடம் வேணும்."

"உங்க ஓலச்சாப்பு சும்மாத்தானே கிடக்கு அதுல தங்கிடட்டுமா?"

"நீங்க எத்தனை பேர் தங்குவீங்க?"

"நானும் கதிரேசனும் மட்டும்தான். மத்தவங்க புளிய மரத்து கிரவுண்டுலேயே தங்குவாங்க. உங்க அம்மாகிட்ட கேட்டுச் சொல்லுங்க" என்றபடி, அடுத்த வீட்டில் போய் கைகளைத் தட்டியபடி நின்றார்கள்.

டென்சிலியின் மனம் ஆனந்தக் கொண்டாட்டம் போட்டது. ஓலச்சாப்பு பத்தி அவள் அம்மாவிடம் சொன்னவுடன்,

"சரி இருந்துகிட்டுப் போட்டும். "இஞ்சேருங்க... அந்த ஆட்டக்கார ரெண்டுபேரு இந்த ஓலச்சாப்பில வருதுவோளாம். அது நாலுபக்கமும் தெறந்துகிடக்கு. நீங்க ஒரு நாலுமட்ட ஓலவச்சி அதச்சுத்தி மறைச்சிருங்க. அதுங்களும் பொம்பளமாதிரிதானே, துணிமாத்தியதுக்கு வசதியா இருக்குமில்ல. ஏதோ வயத்துப்பொளப்பு தேடி அதுங்களும் ஊர்ஊரா அலையுதுங்க. நம்மால முடிஞ்ச சின்ன ஒதவி இது" என்று டென்சிலினின் அப்பாவிடம் சொல்லி முடிக்கும்முன் அவரும் செயலில் இறங்கிவிட்டார்.

ஓலச்சாப்பு சின்ன ஒரு குடிசையாக மாறியிருந்தது. சாணம் போட்டு மொழுவி மேலும் அழகாக்கியிருந்தாள் டென்சிலி.

கதிரேசனும், திருநங்கையும் இரண்டு மூன்று பெட்டிகளுடன் குடிசைக்கு வந்தனர். அவர்கள் வரும்போதே திருநங்கை கதிரேசனின் கைகளை தன் கைகளோடு இறுகப் பற்றிய அவளின் கரங்களில் இருந்து தன் கரத்தை விடுவிக்க முயற்சித்தான். அவனை நெருக்கத்துடனும் கொஞ்சலுடனும் வீட்டிற்குள் அழைத்துச் சென்றாள். கதிரேசன் திருநங்கையைவிடவும் வயதில் சிறியவனாகவே இருந்தான். இதைக் கவனித்த டென்சிலிக்கு ஒன்றும் புரியவில்லை. ஆனாலும் அவர்களைக் கோபமாகவே பார்த்தாள்.

தன் வீட்டில் சமைத்த சாப்பாடு அடிக்கடி கதிரேசனுக்குக் கொடுத்தாள். அவனும் டென்சிலியிடம் சகஜமாகவே பேச

ஆரம்பித்தான். இருவரும் அடிக்கடி பார்த்துக் கொண்டார்கள். கதிரேசனுக்கும் டென்சிலினை பிடித்துப் போய்விட்டாலும் சொல்ல ஏனோ மனம் தடுமாறியது. எப்படியாவது திருநங்கை இல்லாத நேரம் எதிர்பார்த்துச் சொல்லிவிட வேண்டியதுதான்.

மூன்றாவது நாள் சைக்கிள் சவுட்டு மாலை ஆறு மணிக்கு தொடங்க,

"வேலையின்னும் முடியலியே சீக்கிரமா செய்வோம். அப்பத்தான் திட்டுவாங்காம நிம்மதியா சைக்கிள் சவுட்டு பாக்கலாம்." பகலெல்லாம் உழைத்த களைப்புடன் படுத்திருக்கும் காளைகளை ஓங்கித் தட்டி எழுப்ப, காளைகள் முதுகை வளைத்து நெளித்தவாறு அவளைப் பார்க்க,

"என்ன, பாக்குற... எழும்பு சீக்கிரம் நீயும் நானும் ஒண்ணுத்தான். அதனால ரொம்ப அலட்டிக்காம எழும்பு. மீண்டும் காளைகளை ஓங்கித் தட்டினாள். எழும்பிய காளைகளை இழுத்து கட்டிப் போட்டுவிட்டு, "கடவுளே! சைக்கிள் சவுட்டு இண்ணைக்கிப்போச்சி."

யாரோ இருட்டில் நின்று தன்னைப் பார்ப்பதுபோல் தோன்ற மீண்டும் மீண்டும் உற்றுப் பார்ப்பது தெரிய மெதுவாக அருகில் சென்று பார்த்தாள். ஏற்கனவே நேரமாச்சு என்று புலம்பியபடி பார்த்தவள் திடுக்கிட்டுப் போனாள். கதிரேசன் அவளை வெகுநேரமாக கவனித்துக் கொண்டிருந்தான்.

"ஐயோ! என்ன ஆச்சி இவனுக்கு?"

அருகில் சென்றவளை கைகளைத் தொட்டு இழுத்தான். கைகளை 'வெடுக்'கென்று இழுத்துக் கொண்டாள்.

"நான் பயந்தே போயிட்டேன். நீங்களா?"

"ம்... நான்தான். உங்கிட்ட பேசணும்."

"சரி, அது இருக்கட்டும், நீங்க ஏன் போகல, அங்க தேடுவாங்கல்ல."

"இல்ல டென்சிலி, நிகழ்ச்சி ஒன்பதரைக்குத்தான் தொடங்கும். ஒடம்பு சரியில்லன்னு எங்கூட இருந்தவங்ககிட்ட சொல்லிட்டேன்."

"சரி, இப்போ சொல்லுங்க."

பட்டென சொல்லிவிட்டான், "உன்னை நான் விரும்புகிறேன்."

"அது எனக்குத் தெரியும்." எந்தச் சலனமும் இல்லாமல் சொன்னாள். "நானும்தான்."

"ஆனா டென்சிலி, நான் நாடோடி. எனக்குன்னு யாருமே இல்ல."

"அப்ப, உங்க கூட இருக்கும் அவங்க யாரு?"

"இது என் சூழ்நிலை."

மீண்டும் அவளின் கைகளைப் பிடித்தவாறு, "எங்காவது போயிரலாம் வா" என்று டென்சிலியிடம் உணர்ச்சி பொங்கக் கெஞ்சினான். சமாதானப்படுத்திவிட்டு, "இப்போ நேரமாச்சு நீங்க போங்க. நாளைக்குப் பேசலாம். யாராவது பாக்க போறாங்க..."

கதிரேசன் வேஷம்போட ஆரம்பித்துவிட்டான். கதிரேசன் எப்போதும் ரஜினியின் பாடலுக்குத்தான் டான்ஸ் ஆடுவான். பரட்டைத் தலையை கைகளால் கோதிவிடுவான். கழுத்தில் உத்திராட்சை கொட்டை போட்டுக்கொண்டு, சட்டையில் இரண்டு மூன்று பட்டன்களைக் கழற்றிவிட்டு, சட்டையின் நுனிப்பகுதியை முடிந்து கட்டி, முகத்தில் கலர் பவுடரும் உதட்டில் சாயமும் பூசி, பாடலுக்குத் தகுந்தவாறு துணிகளை மாற்றிக்கொள்வான். இன்னும் சிறிதுநேரத்தில் புளியமரத்து கிரவுண்டுக்குள் நுழைந்து கலர் விளக்குகளுக்கு நடுவில் கலர்கலராக தெரிவான் எல்லோர் கண்களுக்கும்.

டென்சிலி வருவது அவன் வாழ்க்கையில் வசந்தம் வருவதாக நினைத்தான். அவளின் மனம் தெளிவில்லாமல் பதட்டத்துடன் இருந்தது. முடிவு எடுக்கத் தடுமாறினாள். வாழ்க்கை நான்கு நாளில் முடிவு எடுக்கும் காரியமா? இது சரிப்பட்டு வருமா? என்று நினைக்கும்போது அவனை ஏற்கவும் தயங்குகிறது. அவன் இல்லாமல் இருப்பதாய் நினைத்தாலும் ஏமாற்றமாகவே இருந்தது. இது என்ன போராட்டம். இரவு முழுக்கத் தூங்காமல் யோசித்தவாறே இருந்தாள். தலையணைகள் அவள் கைக்குள் இரவுநேரக் கைதிகளாயின. அடுக்களையில் பூனைகள் பாத்திரம் உருட்டும் சத்தம் கேட்கவே, அவள் அம்மா முழித்துக் கொண்டாள். பல தடவை உறியில் இருக்கும் கறிசட்டியைத் தட்டி விட ஒரே பாய்ச்சலில் உறியில் தாவ, சட்டி கீழே விழுந்து உடைந்தது. சத்தம் கேட்டு அடுக்களைக்கு ஓடிவந்து பார்த்துவிட்டு,

“இங்கிணதான் படுத்திருக்கா… இந்தப் பூனைய ரெண்டு போடத் தெரியல, நாளைக்கு என்னத்த வச்சி பழையது குடிக்க… என்ன நினைப்புலத்தான் கெடக்கியாளோ.”

திட்டிக்கொண்டிருக்கும் அம்மாவை மலங்கமலங்க ஒன்றும் நடக்கவேயில்லை என்பதுபோல் பார்த்துக் கொண்டிருந்தாள்.

காலையில் எழுந்து வழக்கம்போல் தன் வேலைகளைத் தொடங்கினாள். கதிரேசன் வெளியில் வேடிக்கை பார்ப்பதுபோல் அவளை நோக்கினான். கண்களால் பேசிக்கொண்டே பிறர் பார்த்துவிடாதவண்ணம் சுற்றும்முற்றும் இருவரும் பார்த்துக் கொண்டனர். அவ்வேளையில், “உள்ள வாங்க” என்று, திருநங்கை கதிரேசனை அழைத்து தன் உடைகளைச் சரி செய்துவிடுமாறு வற்புறுத்துவதும், அவனை கொஞ்சுவதும் டென்சிலி கோபத்தின் உச்சிக்கே போய்விட்டாள். “நாம கோபப்பட்டு என்ன நடக்கப்போகிறது. அவனுடன் நான் போகமுடியாது. நான் தவறு செய்துவிட்டேனோ? நானும் அவனை விரும்புவதாகச் சொல்லியிருக்கக்கூடாதோ?” விடைதெரியா கேள்விகள் இவை.

“நாங்க மூணுபேரும் டவுனுக்குப் போறோம். நாலு கடைக்குப் போனாத்தான் ஒரு வாரம் நிம்மதியா இருக்கலாம். அப்புறம் நாளைக்கு ஒரு நாள்தான் இருக்கு, இங்கேயே இருக்க முடியாது. வீட்டில எல்லா வேலையும் முடிச்சிட்டேன். நாங்க சீக்கிரமா வந்திருவோம்” என்று சொல்லி புறப்பட்டுச் சென்றாள், திருநங்கை.

டென்சிலியின் அம்மாவிற்குத் தெரிந்துவிட்டது.

“இஞ்சேருங்க… இந்தக் குட்டி அந்த ஆட்டக்கார பயலுகிட்ட அடிக்கடி ஒரு தினுசா பேசுது. அந்தப் பயலுக்க போக்கும் சரியில்ல. இவள முதல்ல சைக்கிள் சவுட்டு பாக்க விடக்கூடாது…” அவள் அப்பாவிடம் சொல்ல அவரு பதிலுக்கு,

“இரண்டு வயலையும் பாட்டத்துக் குடுத்து கொஞ்சம் கடனும் வாங்கி, ஒரு நல்ல பையனா பாக்கணும் அதுதான் நல்லது…”

டென்சிலி இடைமறித்து, “ஆமா ஏதோ கொஞ்சோல நேரம் அதபாத்து சந்தோஷமா இருக்கேன் அதுவும் உங்களுக்குப் பிடிக்கலியா? அவங்கிட்ட பேசுனா இதுல சந்தேகப்பட என்ன இருக்கு…” நான்காம் நாள் சைக்கிள் சவுட்டு பார்க்க அதிகமான

மக்கள் கூடுவார்கள். ஏனென்றால் நகைச்சுவையான பாடல்களைத் தேர்ந்தெடுப்பார்கள். அப்பாடல்களில் வரும் கதாபாத்திரம் மாதிரியே உடை அலங்காரம் செய்து சூழ்நிலைக்குத் தகுந்தவாறு பேச்சுகளை மாற்றி மாற்றிப் பேசுவதும், ஒருவர் அடிப்பது போலவும் இன்னொருவர் அடிபட்டதுபோலவும் நடித்து அசத்த, கூடியிருப்பவர்கள் சிரிப்பொலி எழுப்பி குலுங்கிக் குலுங்கிச் சிரிப்பார்கள். திடீரென ஆடைகள் கிழிவதைப் போல் சத்தம் கேட்க, உண்மையிலேயே ஆடை கிழிந்தவரைப் போல் பாவனை செய்து அதை மறைப்பதுபோலவும் பாவனை செய்வார்கள். இரட்டை அர்த்தம்கொண்ட வார்த்தைகள் பேசுவதும் உண்டு. புரிந்தவர்கள் சிரிப்பார்கள். புரியாதவர்கள் விழிப்பார்கள்.

ஜோக்கர் மாதிரி வேஷம் போட்டு வித்தை காட்டுவார்கள். அன்று மாலைப்பொழுது வானில் காகங்களும், நாரைக் கூட்டங்களும் விதவிதமான பறவைக் கூட்டங்களும் வானில் படையெடுத்தவண்ணம் தன் இருப்பிடம் நோக்கிப் பறந்தன. இந்தப் பறவைக் கூட்டங்களைப்போல புளியமரத்து கிரவுண்டுக்கு மக்கள் சென்றுகொண்டிருந்தார்கள்.

'சரி, வேலைதான் நிறைய இருக்கு ஊறவச்ச அரிசியும் உளுந்தும் அப்படியே இருக்கு. அத ஆட்டுக்கல்லில போட்டு ஆட்டுவோம்... பொழுது சரியா இருக்கும். இன்றைய இரவு ஒருவழியா ஓடிப்போனது' என நினைத்தாள். டென்சிலியின் காதல் விவகாரம் அரசல் புரசலாக காற்றோடு கலந்து பலர் காதுகளுக்குப் போய்விட்டது.

ஐந்தாம் நாள் காலை சைக்கிள் சவுட்டும் பெண்ணின் கணவர், வீடுவீடாக வந்து காசு, அரிசி, நெல் ஏதாவது ஒன்று கேட்பாங்க. முடிந்தவர்கள் கொடுப்பார்கள். யாரையும் தரும்படி கட்டாயப்படுத்த மாட்டார்கள். அதுமட்டுமல்ல; இன்று கட்டாயம் எங்கள் சாகச நிகழ்ச்சிகளைப் பார்க்க வரவேண்டும் என்று அழைப்பார்கள். சாகச நிகழ்ச்சி என்றால் ஃபியூஸ் போன டியூபலைட் நிறைய தரையில் அடுக்கிவைத்துவிட்டு அதன்மீது ஒருவர் சட்டை போடாமல் வெறும் உடம்புடன் படுத்துக்கொள்வார். அவர்மேல் டியூப்லைட்டை வைத்து அடிப்பார்கள். அப்புறம் சைக்கிளில் நின்றுகொண்டும், படுத்தவாறும் பலவித கோணங்களில் சைக்கிள் சவுட்டுவாங்க. வளையத்திற்குள் நுழைவது இப்படி இன்னும் பலப்பல சாகச

நிகழ்ச்சிகள் நடத்துவார்கள். நல்லபடியாக நடந்து முடிந்தது, ஐந்து நாள் சைக்கிள் சவுட்டு. மறுநாள் எல்லோரும் தன் தன் உடமைகளை எடுத்து வைத்துவிட்டு அடுத்த ஊர் போறதுக்கு ஆயத்தமானார்கள். எல்லோரிடமும் பிரியா விடைகொடுத்துக் கொண்டிருந்தனர். நிகழ்ச்சி நடத்தியவர்கள் சென்ற பின்பும் புளியமரத்து கிரவுண்டை அவள் சைக்கிளில் சுற்றிச்சுற்றி வருவதுபோலவே, ஒவ்வொருவரும் மனதிற்குள் நிழலாய் வந்து நிற்பார்கள். அவர்கள் சமைக்கப் பயன்படுத்திய அடுப்புகளில் இன்னும் அனல் இருப்பதுபோலவே இருக்கும். விட்டுச்சென்ற உடைந்த துண்டு வளையல்களும் மினுங்கிக் கிடக்கும்.

ஊரார் காதுக்குத் தெரிந்த காதல் விவகாரம் திருநங்கையின் காதுக்கும் எட்ட, பேய் பிடித்ததைப்போல் கத்தினாள். அமைதியாக இருந்தான் கதிரேசன். வீட்டின்முன் நின்று டென்சிலியை பெயர் சொல்லி 'வெளியில் வா' என்று கத்தினாள். நல்லவேளையாக, டென்சிலி வீட்டில் யாரும் இல்லை. அவளின் காட்டுக்கூச்சல் தாங்கமுடியாமல் அக்கம்பக்கத்தினர் மற்றும் ஊரே திரண்டுவந்து வேடிக்கை பார்த்தது. டென்சிலிக்கு அவமானமாகப் போனது. ஆனாலும் காட்டிக்கொள்ளாமல் அமைதியாக நின்றிருந்தாள்.

"என்னடி நினைச்சிருக்க, தங்க இடமும் தந்து அவனைக் கேக்கிறியா? எவளுக்காண்டியும் அவன நான் வுட்டுக் குடுக்கமாட்டேன். இங்க பாரு, அவனுக்கும் எனக்கும் கல்யாணமாகி ஒரு வருஷம் ஆகுது."

இப்படிச் சொன்னவுடன், கூடிநின்ற எல்லோரும் பரிகாசமாகச் சிரித்துவிட்டார்கள். இதைப் பார்த்த திருநங்கை, தன்னை எல்லோரும் கேவலமாக நினைக்கிறார்கள் என்பதைப் புரிந்துகொண்டு திடீரென பெட்டியைத் திறந்து அதில் ஷேவ் செய்யும் பிளேடை எடுத்து கைகளை தாறுமாறாக கிழித்துக் கொண்டாள். ஊரார் செய்வதறியாது திகைத்து நின்றார்கள். டென்சிலி அமைதியாக, கண்களில் குளமாகிய கண்ணீருடன் நின்றிருக்க, திருநங்கையின் கைகளிலிருந்து பீறிட்டு வழிந்துகொண்டே இருந்தது இரத்தம்.

- பேசும் புதியசக்தி, பிப்ரவரி 2019

## நெகிழிக் கனவு

அவனுக்கான அவசரமும் எச்சரிக்கை உணர்வும் கையில் இருப்பதை யாரும் பார்ப்பதற்குமுன்னே வீசிவிடுவது. அவனுக்கு யாரோடும் பேச்சு இல்லை. வீட்டில் அடைந்துகிடப்பதாக அக்கம்பக்கத்தினர் பேசிக்கொள்வார்கள். இப்போது வாடகைக்கு இருக்கும் வீடு அப்படியொன்றும் சவுகரியமில்லை.

அந்த வீட்டிற்கு எட்டு மாதங்களுக்குமுன், கரும்புச் செத்தைகளால் மேற்கூரை போடப்பட்டது. இருவர் தங்கிக்கொள்ளும் அகலமும் நீளமும் கொண்டது. நான்கு சுவர்களும் பச்சை மண்ணாலான சுவர்கள். ஆங்காங்கே கீறல்களும் பொந்தும், சமையல் செய்ய சின்ன மேடான பலகை, உறுதியான இடைச்சுவர். மேக்காலே மூலையில் பாத்திரங்கள் கழுவிக்கொள்ளலாம். தண்ணீர் வெளியேறுவதற்கு ஏதுவான இடம். ஒரேயொரு மின்விளக்கு உரிமையாளரே போட்டுவிடுவார். சுவிட்ச் உரிமையாளரின் வீட்டில் உள்ளது. மண்ணெண்ணெய் அடுப்பு, ஏழெட்டுப் பாத்திரங்கள், பாய், பிளாஸ்டிக் குடங்கள் இரண்டு, ஐந்தாறு துணிகள் அவன் உடைமைகளாக இருந்தன.

தாசில்தார் அலுவலக வளாகத்தின் முன்னால் இருந்து அங்கு வருபவர்களுக்கு மனு எழுதிக்

கொடுக்கும் வேலை. வீட்டு உரிமையாளன் டாஸ்மாக்கில் இவனைச் சந்தித்தான். இதற்குமுன்னால் அவனை தாலுகா அலுவலக வளாகத்தில் அடிக்கடி பார்த்திருக்கிறான். வேற்றூரான் என்பதையும் அறிந்துகொண்டான். இவனோடு பேச்சுக் கொடுத்தான்.

"இப்போ, எங்க இருக்கீங்க?"

இதுவரையிலும் யாரும் கேட்காத கேள்வி, இவன் விரும்பாத கேள்வியும்கூட. கல்லறைத் தோட்டத்து கல்லறை ஒன்றில், தான் தங்கியிருப்பதாக எப்படிச் சொல்லமுடியும். ஏனோ அவனிடம் எதையாவது சொல்லத் தோன்றியது.

"ரோட்டோரமா சின்ன வீட்ல... நானும் அவளும் இருக்கோம்."

"உங்க மனைவியா?"

"இல்ல, கிழவி. அங்கதான் இருந்தா எனக்கு முன்னால."

"குடிச்சி ஒடம்பக் கெடுத்துக்காதிங்க."

இவனோ எதையோ சொல்ல நினைத்தவன் வெளியில் துப்பவேண்டிய எச்சிலோடு முழுங்கிக் கொண்டான்.

"எனக்க வீடு ஒண்ணு வாடகைக்குக் கிடக்குது. நீங்க தாராளமா இருந்துக்கலாம். வாடக கம்மிதான். ஒரு ஆளுக்கு தாராளமாகப் போதும். அட்வான்ஸ் வேண்டாம்."

"தேவைதான்... வாடகையிருக்கிற அளவிற்கு வருமானம் இல்ல. சேத்துவைக்கிற பழக்கமில்ல. இப்போ இருக்கிறதுல மழ வந்தா, புதுசா யாராவது நிரந்தரமாக வந்தாலும் கஷ்டம். சரி, நாளைக்கிச் சொல்றேன்."

"இருக்கிற அட்ரஸ் குடுங்க, காலையில வந்து பாக்கறேன்" என்றான், வீட்டு உரிமையாளன்.

"வேண்டாங்க."

"அப்போ, போன் நம்பர் குடுங்க."

"இல்ல, தோ... ஒயின் சாப் பக்கத்தில பெட்டிக்கட வச்சிருக்கானே அவங்கிட்டத்தான் அடகு வச்சிட்டேன். நேரமாகிப்போனா உறங்க இடம் கிடைக்காது. யாராவது வந்து படுத்துக்குவாங்க.

கிழவி பாத்தான்னா அவர்களை விரட்டுவா” என முனங்கிக் கொண்டிருந்தான்.

“நாளைக்கு காலையில பத்து மணிக்கு தாலுகா ஆபீஸ் பக்கம் பாக்றேன்.” என்றான், வீட்டு உரிமையாளன்.

மனைவியிடம் வீட்டைச் சுத்தப்படுத்தும்படியும் வாடகைக்கு ஆள் வருவதாகவும் சொன்னான்.

“முன்னால வந்தவங்களப்போல இல்லாம இருந்தா செரி” என்றாள், உரிமையாளனின் மனைவி.

“அதெல்லாம் சரியானவன்தான். ரொம்பநாளா கவனிக்கிறேன் அவன் அப்பாவி.”

தாலுகா அலுவலக மரத்தடி நிழலில் ஊனமுற்றவருக்கு அடுத்ததாக உட்கார்ந்திருந்தான். இரண்டு பேனாக்கள், கொஞ்சம் வெள்ளை பேப்பர்கள், அட்டை ஒன்று, பெருவிரல் அடையாளத்திற்கான இங்க் பேடு, அஞ்சல் தலைகள் ஒரு டப்பாவிலும், பேப்பர்களைச் சேர்த்து அடிப்பதற்கான ஸ்டாபிளர் பின். இவற்றோடு உள் வருவோர்போவோர்களை இரைக்காகத் தேடும் ஒரு பறவையின் கண்களைப் பொருத்திக்கொண்டவனாய் மரநிழலில் இருந்தான்.

வீட்டு உரிமையாளன் வந்து இவனிடம் ஞாபகப்படுத்திக் கொண்டான்.

“ஓ...சரிங்க. காலையில் இருந்தே எழுத்து ஓடல. நாலுமணி வாக்கில் இந்தப் பக்கம் வாங்க. ரெண்டுபேரும் சேர்ந்தே போவோம். அதுக்கு முன்னால கொஞ்சம் வேல முடிக்கவேண்டியிருக்கு” என்று அவனை அனுப்பிவைத்தான்.

‘அவனா வந்து சொல்றதுனால போய்த்தான் பார்ப்போமே’ என நினைத்தான். அதற்குப் பிறகு அவனுக்கு வேலையில் நாட்டம் இல்லாமல் இருந்தது. நெடுஞ்சாலையின் ஓரமாக நடக்க ஆரம்பித்தான். கையில் இருக்கும் காசிற்கு ஒரு கட்டு பீடி, தீப்பெட்டி, மிச்சத்துக்கு ஒரு டீயும் குடித்துக்கொண்டான். கொஞ்சதூரம் நடந்தான். பசிக்க ஆரம்பித்தது. வழியில் கல்யாண மண்டபத்தில் விஷேசம் நடந்துகொண்டிருந்ததைக் கவனித்தவன், கை, கால்களை ஒருமுறை துடைத்து சரிசெய்து கொண்டான். நன்றாகச் சாப்பிட்டுவிட்டு வெளியில் வரும்போது மண்டபத்தின் ஓரத்தில் கிழவியைப் பார்த்தான். அவள் பார்வையில் பசி தீர்ந்த

பரவசம் தெரிந்தது. செய்கையால் இடம்விட்டுக் கிளம்புவதாகத் தெரிவித்தான்.

சின்ன வீடுமாதிரியே இருந்தது. கலியமூர்த்தி தோற்றம் 1950 மறைவு 2005 என்று பதிக்கப்பட்டிருந்த கல்லறை. சற்று மேல் தாழ்வான ஓரத்தில் பாதுகாப்பாக பையில் அவனுக்கான துணிகளை வைத்திருந்தான்.

நெடுஞ்சாலையின் அருகிலேயே இருந்ததனால் யாருக்கும் அதைப்பற்றிய அனிச்சையான பயம்கூட இல்லை. எப்போதும் போக்குவரத்தும் ஆட்கள் நடமாடும் இடமாகவும் இருந்தது. இளவயதுடைய ஆலமரம் மண்ணைத் தொடாத விழுதுகளை அந்தரத்தில் ஆட்டியபடி நின்றது. அவன் இருக்கும் இடம் மட்டும் கூரையாகப் படர்ந்திருந்தது. அங்கிருக்கும் ஆலமரத்தில் பறவைகள் அதிகமாகத் தங்குவதில்லை. மற்ற பறவைகளையும் உட்காரவிடாமல் எச்சரித்துச் செல்லும். நரிக்குறவர்களின் நடமாட்டம் இருந்தது. எங்கும் இறைந்துகிடக்கும் காகங்களின் இறகுகள், பெயர் தெரியாத பறவைகளின் இறகுகளும். எந்தப் பக்கமும் சுவர்கள் இல்லாத திறந்த மேனிக்கே கிடக்கும் அந்தத் தோட்டத்தின் அருகிலேயே சினிமா தியேட்டர், கல்லறைத் தோட்டத்தின் இருபுறமும் மத வழிபாட்டுத்தலங்கள். சற்றுத்தள்ளி அரசாங்க கழிப்பிடம், தோட்டத்தில் முளைத்திருக்கும் செவ்வந்தி, வாடாமல்லிச் செடிகளுக்கு வெயில் காலங்களில் அருகில் இருக்கும் அடிபம்பிலிருந்து தண்ணீர் அடித்துவிடுவான். பிணங்களின் மாலைகளும் பூக்கத் தொடங்கியிருந்தன.

கிளம்புவதற்குத் தயக்கமாக இருந்தாலும் நீண்டநேரம் தூங்குவதற்காக போய்த்தான் ஆகவேண்டியுள்ளது என யோசித்தான். யாரும் காணாத நேரம் வந்து தூங்கிவிட்டு யாரும் காணாத நேரம் எழும்பிவிடுவது சிரமமாகவே இருந்தது. சற்றுத் தள்ளியேயிருக்கும் ஏரியில் இருந்து கல்லறைத் தோட்டத்து செடிகளுக்கிடையில் பதுங்கியிருக்கும் ஆமைகளை நரிக்குறவர்கள் பிடித்துக் கொண்டிருந்தனர். கல்லறைகளைப் பார்க்கும்போது இவனுக்கு நகரா ஆமையின் ஓடுகளாய்த் தெரிந்தன.

கல்லறையில் இருந்து தனது துணிப்பையை எடுத்துக்கொண்டு . வேலை பார்க்கும் தாசில்தார் அலுவலக வளாகம் நோக்கி நடந்தான். சிலமணி நேரம் கழித்து வீட்டுக்காரன் வந்தான். அவனைக் கண்டதும் கைகளை அசைத்தான். மோட்டார்

சைக்கிளில் போகும்போதே சத்தமாக ஏதேதோ இவனிடம் கேட்டான். காற்றைக் கிழித்து வந்து விழும் சொற்களைக் கேட்க முடியாமலேயே 'ம்... ம்...' என்றவாறே இருந்தான்.

ஊதுவத்தியும் சாம்பிராணி வாசனையோடு கதவு திறந்துகிடந்தது. அவனோடு பழக்கப்பட்ட மணம். வீட்டுத் தரையில் சின்னச்சின்ன பள்ளமான இடங்களில் ஈரம். முதல் அடியை எடுத்து உள்நுழைந்ததும் நினைத்தான், நீண்டு நிமிர்ந்த நல்ல தூக்கம்போட்டு எவ்வளவு நாளாகிவிட்டது. கால்களை மடக்கி மடக்கியே தூங்கியதால் கால்கள் தானாக அந்நிலைக்குப் பழகிக்கொண்டன.

"பிடிச்சிருக்கா?"

"பிடிச்சிருக்குங்க, ஆனா வாடக..."

"மாத வாடக ஆயிரம், நீங்க மாசம் குடுக்க வேண்டாம். ஆயிரத்த நாலு தடவையா பிரிச்சி வாரத்துக்கு குடுத்துருங்க."

"சரி."

பொந்துக்குள் அடைபடும் முயலைப்போல பதுங்கிய உடலோடு எச்சரிக்கையாய் சுற்றும்முற்றும் பார்த்தான். அவர்கள் இருவரும் பேசிக்கொண்டிருக்கும்போதே அவன் மனைவி இருவருக்கும் டீ கொடுத்தாள். வித்தியாசமான சுவையாக இருந்தது. அவள் முகத்தைப் பார்க்காமலேயே எங்கேயோ நோக்கிக் கொண்டிருந்தவனைப் பார்த்துச் சொன்னாள். கிழக்குப் பக்கம் புதிதாகக் கட்டிமுடிக்கப்பட்ட அரசாங்கக் கழிப்பிடத்தைக் காண்பித்து,

"இது இன்னும் ஒரு மாதத்திற்குள் திறந்திருவாங்க. அப்புறம் நீங்க அங்கதான் டாய்லட் போணும். தற்சமயத்துக்கு மெயின் ரோட்ட தாண்டிய வழி கொஞ்சம் தூரம் நடக்கணும்" என்றாள்.

எங்கேயோ நிலைத்தவாறு கண்களை வைத்திருந்தான். நல்ல தண்ணி நினைச்ச நேரம் வரும். அதுவரைக்கும் அடுத்த தெருவிலுள்ள அடிக்கிற பம்பில் இருந்து தண்ணி எடுத்துக்கோங்க. பாத்திரம் இல்லாததால பிடித்து வைக்கமுடியாது, இல்லையா? முக்கியமா, மடையில தண்ணியத் தவிர ஒரு சோத்துப்பருக்ககூட போடக்கூடாது, அடச்சிக்கும். அப்புறம் கஷ்டம் உங்களுக்கும்தான்.

அவனுக்கோ, படிக்காத பாடத்திற்கான கேள்வித்தாளை பார்ப்பதுபோல் நின்றான்.

“என்ன அப்படிப் பாக்குறீங்க, வீடு சின்னதா இருக்கேன்னா? நாங்க பம்பாயில இருந்தப்போ இதவிடவும் பண்ணிக்கூடு மாதிரி இருக்கும். காலும் கையும் குறுகிருச்சி. அந்த எடத்துக்கே எம்மா வாடகை தெரியுமா? அதுமட்டுமா? நாங்க வீடு கட்டுறதுக்கு முன்னால எம்புள்ளைங்கள வச்சிக்கிட்டு இதுலதான் இருந்தம்” என்றாள். “நல்ல ராசியான வீடு. நீயும் இதுல வந்துட்டல்ல நீ வேணும்ன பாரு, நாலஞ்சி வருஷத்துல வீடு வாங்கிரப்போற” என்றாள்.

சொல்லுவது யாருக்கோவென அங்கு தெரியும் ஓட்டைகளை நோட்டமிட்டான் சிரித்தவாறே,

விடிந்ததும் ரோட்டுப் பக்கம் போய் எல்லாம் வாங்கிக்கலாம் என நினைத்தான். பையை மூலையில் சாய்த்து வைத்து வீட்டை நான்கைந்து முறை சுற்றிவந்தான். எத்தனையோ முறை நினைத்திருக்கிறான், குடிக்காத நேரங்களில் குளிரை அவனால் தாங்கமுடியாமல் இந்த கல்லறை தானாக திறந்துவிடாதா நிம்மதியாக தூங்கிவிட்டு வெளியேற. அதை இப்போது நினைக்கும்போது ஒரு பரவசம் வந்துபோனது. தெரியாதவர்களுக்கு வீடு கொடுப்பதே கஷ்டம். அப்படியிருக்க, அறிமுகமில்லாத தனக்கு வீடு கிடைத்ததை நினைத்து சற்றுக் குழப்பமும் பெருமையாகவும் நினைத்தான்.

சுவரின் இடைவெளி வழியாக தெரிந்த ஒளிக்கீற்றை கண்களைத் திறந்து மூடி பார்த்துக்கிடந்தான். கிறுகிறுவென ஓலைச்சத்தத்திற்கு இடையே பதுங்கியிருந்து, உற்சாகமாக புதியவனை நோட்டம் இட்டது எலி. அமைதியான நேரத்தில் இவன் எண்ணங்களுக்கு இச்..ச்...ச் பல்லியின் பரிதாப உச்சுக்கொட்டல்கள். சுற்றியுள்ள வீடுகளில் இருந்து உணவின் விதவிதமான சுவை மணம். குக்கர் சத்தம் வெளியில் வருவதற்குக் கூச்சப்பட்டான். பாக்கெட்டை நன்றாகத் துழாவிப் பார்த்தும் தீப்பெட்டி, பீடி கிடைக்கவில்லை. பீடி வாங்க மறந்ததை நினைவுபடுத்திக் கொண்டான். பழைய விடியலுக்கும் புதிய விடியலுக்கும் இடையே குழம்பி ஒருவாறு சமநிலைச் செய்தவனாய் அடுத்து என்ன என யோசிக்கும்வேளையில், சாத்தியே கிடந்த கதவை சற்றுத் தூக்கித் தள்ளிவிட்டு உள் நுழைந்தான் வீட்டுக்காரன்.

“வெளியில வரவேண்டியதுதானே.”

அவன் வாயிலிருந்து வரும் சிகரெட்டின் மணம் இவனுக்குள் உற்சாகத்தை வரவைத்தது. இவனின் குறிப்பறிந்து ஒன்று நீட்டினான்.

“நைட்டு தூக்கம் எப்படி இருந்துச்சி.”

“ம்...ம்... போகப் போக பழகிடும்.”

“பாத்ரூம் போறதுக்கு நம்ம வீட்ல போங்க.”

அறைகுறை மனதுடன் ஏற்றுக்கொண்டான். அவர்கள் வீட்டுக் கழிப்பறைக்குப் போகவேண்டும் என்றால் வீட்டிற்குள்ளேதான் போய்ப் போகவேண்டும். சுத்திப் போறதுக்கு வழியில்லை. சட்டென தன்னுடைய கடமையை முடித்து பஸ் ஏறி வேலைக்கான இடத்திற்குச் சென்றான். ஒருநாளும் இல்லாத எண்ணம் அவன் மனதில் தோன்றியது. எப்படியேனும் இன்று கொஞ்சம் வரும்படி வந்துவிட்டால் போதும். கொஞ்சப் பணம் மிச்சம் எடுக்கணும். வருபவர்களை தன் வசம் இழுப்பதற்காக புன்னகைத்தவாறே சுறுசுறுப்பாக இயங்கினான். செயலுக்கு நல்ல பலன் கிடைத்தது.

வழியெங்கும் நெருக்களை நன்றாக நோக்கினான். மூச்சு முட்டுகிற அளவிற்கு நெருக்கள். கல்லறைத்தோட்டத்தை நினைத்தான். அங்கும் இதே நிலைதான். மண்தரைகளை அரிதாகத்தான் பார்க்கமுடிந்தது. வித்தியாசமாக ஒன்றைக் கவனித்தபடியே நடந்தான். ஏகதேசம் வீடுகளில் பச்சை பெயின்டினால் அடையாளம் வைத்திருந்தார்கள். அத்தனை வீடுகளுக்கும் கழிப்பிடம் இல்லை. தனக்கான இருப்பிடம் என்பதே வாழ்க்கையின் முதல் சுதந்திரம் என்பதை உணர்ந்தான். விட்டுச்செல்லும் எண்ணங்களைத் துரத்திப் பிடிப்பதுபோல் தீர்மானத்துடன் நடந்தான்.

வீட்டிறகான பொருட்களை கொஞ்சமாக வாங்கி வந்தான். தன்னைப்பற்றி அக்கறை இல்லாமல் இருந்தவனுக்கு குடிப்பதைக் குறைத்துகொள்ள எண்ணம். எப்போது விலக நினைத்தானோ அப்பவே கேட்காமலேயே கிடைத்தது மது. ஒதுக்கிவிட முடியாமல் ஏற்றுக் கொள்கிறான்.

ஒருவாரம் எப்படியோ கழிந்தது, முதல்வார வாடகைப் பணம் சரியாகக் கொடுத்தான். உரிமையாளரின் வீட்டுக் கழிப்பறைக்குள்

நுழைந்ததும் அவனையறியாமலேயே சில கட்டுப்பாடுகளைத் திட்டமிடுகிறான். ஆய்போகும்போது சத்தம் வெளியில் கேட்டுவிடுமோ... இடைவெளிகள் எங்கும் கண்களாகத் தெரிந்தன. உள்ளே பூட்டியிருந்தாலும் திடீரென யாராவது வந்து தட்டுவார்களோ. கட்டுப்பாட்டை மீறி வெளிவரும் காற்றுக்காக வருத்தம் என்றாலும் பெரிய ஆசுவாசம்தான். அறைகுறையாக இருந்துவிட்டு வெளிவந்து மீண்டும் போகணும்போல இருக்கிறது. அவஸ்தைகள் அவசியமில்லை. விர்விர்ரென நடக்கலானான் புறவெளிநோக்கி.

அன்று அப்படித்தான் இருட்டியவுடன் உடையனின் வீடும் பூட்டிக்கிடந்தது. அங்கு போவதற்கு வழியில்லாதவன் இருட்டு வசதியாக இருப்பதாய் உணர்ந்தான். வீட்டின் மேற்காலே அவசரத்திற்கு ஒதுங்கிக்கொண்டான். இருந்து முடித்தவுடன் காலையில் அப்பட்டமாக காட்டிக் கொடுத்துவிடுமே எனப் பயந்து, பேப்பரில் அள்ளி பாலீத்தீன் பைக்குள் போட்டு எடுத்துக்கொண்டு நடந்தான்.

புதியதாக கட்டியிருந்த கழிப்பிடத்தின் பக்கமாக நடந்தால் மறு தெருவிற்கு சுலபமாகப் போய்விடலாம். சாக்கடை ஓடைகள் பெரியதாக இருக்கும். ஆள்நடமாட்டம் இல்லாத நேரம் அதை வீசிவிட்டு வந்தான். கொலைக் குற்றத்தை சாமர்த்தியமாக மறைத்துவிட்ட பெருமூச்சொன்றை விட்டான். காலையில் தடம் தெரிகிறதாவென எங்கேயோ பார்ப்பதுபோல் நோட்டம் இட்டான். தடயங்களை அழித்துவிட்டுச் சென்றிருந்தது அதிகாலை மழை.

புதிய கழிப்பறைக் கட்டடத்தில் துருப்பிடித்து தொங்கிக் கொண்டிருக்கும் பூட்டை வெறித்துப் பார்த்துவிட்டு, காம்பவுண்டு வழியாக உள்ளே எட்டிப் பார்ப்பதை வழக்கமாக்கிக் கொண்டான். ஊதாவும் வெள்ளை கலந்த நிறத்தில் வெளிச்சுவர்கள், கை வைத்து உரசியபடியே செல்வான். ஏறிக் குதித்து போகமுடியாத உயர்ந்த சுவர்களாக இருந்தது. கதவுகளில் அடித்திருக்கும் சாம்பல் நிறப் பெயின்ட் சுள்ளென அடிக்கும் வெயிலுக்கு உருகி மணந்துகொண்டிருக்கும் அந்த மணத்தை மூச்சை இழுத்து சுவாசித்தவாறே கடந்து செல்வான். ஒவ்வொரு கழிப்பறைக்கும் சிறிய அளவில் மாங்காய் பூட்டு தொங்கியது.

மலம் கழிக்க புறவெளிதேடிப் போவான். பாதி வழிபோகும்போதே வருவது நின்னுரும். முக்கினால்கூட அவனால் வெளியில் வராதநிலையில் திரும்பி வருவான். 'வீட்டுக்குப் போனவுடன் வந்துட்டா என்ன செய்ய, எதுக்கும் குத்தவச்சிப் பாப்போம்' ஒரு திருப்திக்காகச் செய்தான். முக்கி முக்கி சிலநேரம் கொஞ்சமாக இருப்பது. லூசாகப் போகும்போது இருந்துவிட்டு வந்தாலும் மீண்டும் இடைவழி வந்து புறவெளிக்குப் போகவேண்டியதால் நேரவிரயம் ஆனது. அவன் அவஸ்தைகள் நாளுக்குநாள் அதிகமாயின.

ஓரளவு சமைக்கும் ஆர்வம் இருந்தமையால், சிலநேரங்களில் சமையல் செய்தான். எவ்வளவுதான் கவனமாக இருந்தும் அடிக்கடி கூரையின்மீது இருந்து விழும் சிவப்புநிற மரஅட்டைகள் சோற்றில் விழுந்துவிடுகின்றன. அது பார்ப்பதற்கு இரால் மீனை சோற்றில் வைத்து வேகவைத்ததுபோல் இருந்தது. அதையும் சலிக்காமல் எடுத்துப் போட்டுவிட்டுச் சாப்பிடுவான். இரவு பத்துமணிக்கு மேல் லைட் எரிவதை நிறுத்திவிடுவாள், வீட்டு உரிமையாளனின் மனைவி. ஆரம்பத்தில் சிரமமாக இருக்கவே அவனே இருட்டுக்குப் பழக்கப்படுத்திக்கொண்டான். மெழுவர்த்திகளை வாங்கி வைத்திருந்தான். வயிற்றைக் கடிப்பதுபோல் இருக்கவே எங்கும் போகமுடியாதநிலையில் என்னசெய்வதென்று மலம் கழிக்க வீட்டிற்குள்ளேயே இடம் தேடினான். பீடியை பற்றவைத்து மின்மினிப் பூச்சியொன்றை காலில் போட்டு நசுக்குவதுபோல் நசுக்கினான் ஒரு துளி நெருப்பை.

பாத்திரம் கழுவ வைத்திருக்கும் இடத்தில் மலம் கழித்தான். அவன் அவசரம் முடிந்தவுடன் மெல்லமாக தண்ணியை விட்டான். மடைக்குள் போகமறுத்த மலத்தை மீண்டும் மீண்டும் தண்ணியைவிட்டு குச்சியொன்றை எடுத்துத் தள்ளிவிட்டு நீர்விட்டான். ஒருவழியாக கரைந்து போனது. குடிக்கவைத்திருந்த நீரைத்தவிர எல்லாவற்றையும் காலி செய்துவிட்டான். அப்போதுதான் ஐந்தாறு காலண்டர்கள் சுவரில் தொங்கிக்கொண்டிருந்தன. இரண்டு வருடங்களுக்கு முந்திய காலண்டர்கள். ஏதோ புதிய வழியைக் கண்டுபிடித்த திருப்தி. ஒழுங்கான முறையில் பேதி போகாது எப்போது வேண்டுமானாலும் லூசாகப் போகலாம், அதைப்பற்றி அவனுக்குக் கவலையில்லை. மடையில் இருந்துவிட்டு நீர்விட்டால் போய்விடும். கட்டியாகப் போகும்போது சிரமமாக இருந்தான். காலண்டரின் ஒருபாதியைக்

கிழித்து ஆய்போகும்போது அருகில் வைத்துக்கொள்வான். மூத்திரம் முந்திக்கொள்ளும் நேரம் மலத்தை எடுப்பதில் சிரமமாக இருந்தது. பேப்பர் நனைந்து பொதிவதற்கு சிரமப்பட்டான்.

இரவுநேரங்களில் மலத்தைப் பொதிந்து பாலித்தீன் பைகளில் அடைத்து கூரைமீது சொருகி வைத்து காலையில் இருப்பதை இன்னொன்றில் வைத்து இரண்டையும் ஒன்றாக்கி கையில் உணவுப் பொட்டலம் வைத்து நடப்பதுபோல் மறுதெரு வந்தவுடன் யாரும் பார்க்கிறார்களாவென நோட்டம் இட்டு எறிந்துவிட்டு வந்துவிடுவான். இதையே இரண்டு மாதங்களாகச் செய்து வந்தான்.

அடிக்கடி எலித் தொல்லை. வைத்திருக்கும் மலப் பொட்டலத்தைக் கடித்துவிடும். சிலநேரம் தள்ளிவிடும். கீழே வைத்திருந்தாலும் எங்கையாவது இழுத்துப் போடுவது. ‘இருந்தமா... விட்டமான்னு... இல்லாம, இந்த பீக்கு காவ’லென சலித்துக்கொண்டான்.

தெருவில் அவன் தூரமாக வரும்போது அந்தச் சத்தம் காதில் விழுந்தது. “எத்தனை நாள் இந்தக் கருமத்த கையால தொடுறது. தெனத்துக்கும் ஒரு பொட்டலம் கெடக்குது. கைய வச்சி பிரிச்சி மக்கா குப்பைகூட போடப்போனா, கருமம் ஏந்தான் இப்படி பண்றாங்களோ.” தெருப் பெண்களிடம் சொல்லிக்கொண்டிருந்தாள். தூய்மைப் பணியாளரான பெண். “யாருன்னு மட்டும் பாத்திட்டேன் அப்போ இருக்கு.” இப்போதுதான் கோயில் போய்வந்தவளைப்போல மங்களகரமாக இருந்தாள். பின்னர் பொறுக்கமாட்டாமல் தெருக்குழாயில் கைகளை அலம்பியபடி சொன்னாள்: “யாருனனு கொஞ்சம் கவனிங்க.”

தெருக்காரப் பெண் ஒருத்தி சொன்னாள்: “ஆமா, எங்களுக்கு ஆயிரத்தெட்டு வேல இருக்கு. நீ பாரு தோட்டி வேல. காவாக்கு நாங்க என்ன காவக்காறங்களா”வெனச் சொல்லி, கிறீச்சென கேட்டின் சத்தத்தைப் பெரிதாக்கி அவளை முறைத்தவாறு வீட்டிற்குள் சென்றாள்.

காதில் வாங்கிக் கொண்டவன். மலத்தை ரொம்பநேரம் வீட்டில் வைக்கமுடியாது. கொஞ்சதூரம் நடந்தாலும் பரவாயில்லை, புறவெளியில் எறிந்துவிடவேண்டும் எனத் தீர்மானித்தான். ஒரு நாளைக்கி இரண்டு நெகிழிப்பைகள் தேவைப்பட்டன.

அதற்காகவே நெகிழிப்பைகளைச் சேகரித்தான். தூங்கும்போதுகூட நெகிழிக்கனவுகளாக வந்து போனது.

மலத்தை பொட்டலமாக்கிய பின் கைகளை சோப்புப் போட்டுக் கழுவுவதற்குமுன் முகர்ந்து கொள்கிறான். அது அவனுக்குப் பிடித்தமான மணமாக மாறியிருந்தது.

வேலைக்குக் கிளம்பி பாதிவழி வந்தவன் திரும்பிச்சென்றான் நெகிழிப் பொட்டலத்தை எடுப்பதற்காக. அவன் வீடு அறைக்கதவு திறந்திருந்தது. உள்ளே யாரென எட்டிப் பார்த்தான். வீட்டுக்காரப் பெண். எதையோ கூரையிலிருந்து எடுத்துக்கொண்டிருந்தாள். 'ஐயோ, போச்சி நாறப்போகுது என் நிலை.'

வேகமாக உள் நுழைந்தவனைப் பார்த்துச் சொன்னாள்: "இல்லங்க, சுவர் விரிசல் விட்டுருக்கு. உள்ள வந்து பாத்தாதான் எப்படி இருக்குன்னு தெரியும்" என்று இயல்பாகச் சொன்னாள். இப்போதுதான் அவனுக்குப் புரிந்தது. தக்காளி காணாமல்போவது எப்படி என்று. இவனோ, மலப்பொதியின் மேல் கண்ணாக இருந்தான்.

அதற்குப் பிறகு இரண்டு நாள் தண்ணீர் போகாமல் மடைசெறுத்து தண்ணீர் நடைவழியாகப் பாய ஆரம்பித்தது. பின்புறம் சாத்திவைத்திருந்த நீளமான குச்சி ஒன்றை எடுத்து இடையில் நீர்போகும் மூடியைத் திறந்து சரிசெய்துவிட்டான், வீட்டு உரிமையாளர்களுக்குத் தெரியாமல். ஆய் போகும்போது அஞ்சாறு பீடிகளைப் பற்றவைத்து தீர்த்துவிடுவான். அந்தப் பீடித் துண்டுகளை ஆய் போகும் இடத்திலேயே போட்டு தண்ணீர் விட்டுக்கொள்வான். வீட்டுக்குள் இருக்கும்போது வெளியுலகத் தொடர்பிலிருந்து தனித்துவிடப்பட்டது போன்ற நினைப்பில் இருப்பான். ஆமைகள் எவ்வளவு சந்தோஷமாக இருக்கிறது என நினைத்தான்.

ஒருநாள, வீட்டு உரிமையாளன் முற்றத்தில் இரண்டுபக்கமும் முள்ளை வெட்டிப் போட்டான். ஆட்கள் நடந்துபோகும் பொதுவழிதான். ஆறாவது தெருவிலுள்ள ஒருவன் வீட்டு உரிமையாளனின் அக்கா மகளை கூட்டிக்கிட்டு ஓடிவிட்டதால் அந்தவழியாக அவர்கள் போகக்கூடாதென அப்படிச் செய்துகொண்டிருந்தான்.

வாடகைக்காரன் பலநாளாக செய்துவந்த செயல் பிடிபடப்போகுது என நினைத்தான். மீண்டும் ஒருநாள் என்னதான் செய்தாலும் போக மறுத்தது மடைநீர். சொன்னால் திட்டுவார்கள். என்ன செய்யலாம் அவர்களே பார்த்துக்கேக்கட்டும் என விட்டுவிட்டான். கழிவுநீர் வீட்டு உரிமையாளனின் முற்றத்தில் தேங்கி நின்றது.

அதைப் பார்த்த வீட்டு உரிமையாளனின் மனைவி, "ச்சே, இது என்ன கருமாந்திரம். இந்த ஆளுக்கிட்ட அண்ணைக்கே சொன்னேன், இதுல எதுவும் போடாதிங்கன்னு. இப்போ சுத்தம் பண்றவங்கள கூட்டியந்தாத்தான் முடியும், பைப் வேற இங்கயிருந்து எம்மா தொல..."

அவள் கணவனோ, "அவனுகள கூப்பிட வேண்டாம். முள்ளு வெட்டிப் போடுறதே அவனுக இங்க வரப்பிடாதுன்னுதான். நாமளே சரி பண்ணலாம்" என்றான்.

வீட்டிற்குள் இவனோ பிடிபட்ட ஆமையைப்போல் இருந்தான். எல்லா இணைப்பு மூடியையும் திறந்து முதலில் இருந்தே நீர்விட்டுப் பார்த்து எதில் அடைப்பு எனக் கண்டுபிடித்தார்கள். அடைப்பு இருந்த இடத்தில் அவன் இடது கையைப் போட்டு வாரி எடுத்தான். அத்தனையும் பீடித்துண்டுகள். அது வெளியில் வந்தவுடன் மூங்கில் குச்சி வைத்து குத்திவிட்டார்கள்.

விழி பிதுங்கியவன் தன்னைத்தானே சமாதானம் செய்துகொண்டான். அவனை வெளியில் கூப்பிட்டாள்.

"இப்படித்தான் இருப்பியா? இருந்தா காலிபண்ணு. இது நமக்குச் சரிப்பட்டு வராது" என்றாள். ஏற்கெனவே அவனை காலி பண்ண சந்தர்ப்பம் கிடைக்கக் காத்திருந்தாள்.

எதையுமே அவர்களிடம் பேசிக்கொள்ளாமல், வாரியில் சொருகி வைத்திருந்த மலப் பொட்டலத்தை எடுத்துவிட்டு வீட்டைப் பூட்டி சாவியை எடுத்துக்கொண்டான். போகும்போது அந்தக் கழிப்பறைக் கட்டடத்தின் துருப்பிடித்த பூட்டை ஒருமுறை திரும்பிப் பார்த்துவிட்டு நடந்தான். ரோட்டைத் தாண்டிய புறவெளிக்குப் போய் மலப் பொட்டலத்திற்குள் வலது கையில் இருந்த வீட்டுச்சாவியைப் போட்டு வீசி எறிந்தான். எதையும் எதிர்பார்க்காமல் நடக்கலானான், திசைகள் அற்ற பயணத்திற்கு.

# பெரிய ஆடு

இத்தனை நாளும் ஆட்டைப் பார்ப்பதுபோல் பார்த்துக் கொண்டிருந்தார்கள். திடீரென மனிதனாக நீண்டு படுத்திருக்கும் தாத்தாவை வேடிக்கையாகப் பார்த்துச் செல்வதைப் பார்க்கையில் அவளால் கோபப்படவும் முடியவில்லை, அழுகையும் வரவில்லை. ஓரமாக உட்கார்ந்துகொண்டாள். ஆடுகளின் ம்...மே... ம்...மே... சத்தம், காலையில் இருந்தே கேட்டுக்கொண்டிருந்தது. தாத்தா சொன்னா மட்டுமே கேட்கும் ஆடுகள் அவளையும் அறிந்துவைத்திருந்தது.

தாத்தாவின் இறப்பு யாருக்குள்ளும் இல்லை. அவருக்காக அழும் ஆடுகளை இனிமேல் நான்தான் பார்க்கவேண்டும் என்ற பொறுப்புடன் இரண்டு நாளுக்கு முந்திய புல் பிளாஸ்டிக் சாக்கில் அடைக்கப்பட்டிருந்தன. பச்சைப் புல் வாசனையுடன் நீர்த்துளிகளின் ஈரம் தாங்கி இன்னும் செழிப்புடன் அமுங்கியிருந்தன. கூடையில் வைத்து ஆடுகளுக்குக் கொடுத்தாள். பீச்சி ஆடு அவளுக்காக தாத்தா கொடுத்தது. ஓயாமல் சத்தம் போட்டுக்கொண்டிருந்தது. புல் அவ்வளவாக சாப்பிடாது. அவள் சாப்பிடும் மீன், கறி வகைகளைத் தவிர எல்லாவற்றையும் கொடுத்துப் பழக்கியிருந்தாள்.

பீச்சி அவளுடனேதான் இருக்கும். தாத்தாவின் வீடுஅவள் வீட்டிலிருந்து கூப்பிடும் தூரத்தில் இருந்தது.

அவள் அப்பாவுக்குள் எந்தச் சலனத்தையும் ஏற்படுத்தாத தாத்தாவின் உடலைப் பார்க்க வருபவர்களுக்கு இருக்கைகளை ஒழுங்குபடுத்தி, முகத்தில் விருந்துக்கான பரபரப்பு. இவருக்கு மட்டும் எப்படிச் சாத்தியமாயிற்று. யாரிடமோ போன்மூலம் சொல்லிக்கொண்டிருந்தார். 'நீங்க நாளைக்கி பத்து மணிக்கு போல வந்துருங்க, குடிசைய பிரிக்கணும்' இறப்பிலும் நடிக்கத் தெரியாத மனம் அப்பாவுக்கு.

அரை சென்டிற்கும் குறைவான இடத்தில் குடிசை இருந்தது. ஊர்க் கிணற்றையொட்டிய குடிசைக் கிணற்றில் தென்னைமரத்தின் நிழல் நீரில் ஆடியபடியே இருக்கும். சிறுவயதிலிருந்தே அந்தக் குடிசையைப் பார்த்து வளர்ந்தவள். கல்லூரி சென்றபின்பும் அவளுக்கான ஆறுதல் அதில் கிடைப்பதாக உணர்வாள். எல்லா சந்தோஷங்களையும் தாத்தாவால் குடிசைக்குள் கொண்டுவந்து சேர்க்க முடிகிறது. அவர் வைத்துவிட்டுச் செல்லும் சந்தோஷங்களை திருட்டுத்தனமாக எடுத்துச் செல்வதுபோல் இருக்கும், குடிசைக்குள் போய் வருவது.

சுற்றிலும் பெரிய மாடிவீடுகள் வசதியுடன் இருந்தாலும் சிறுவர்கள் கும்மாளமடிப்பது இவர் வீட்டில்தான். பூட்டாமல் சாத்தியே போட்டிருக்கும் தாத்தாவின் வீடு. அவளுக்கு நினைவு தெரிந்த நாளிலிருந்தே தாத்தா கூனித்தான் நடந்து திரிந்தார். சிறுவயதில் அவளோடு விளையாடும் பிள்ளைகள் அவரை 'பெரிய ஆடு வருது' எனக் கேலிசெய்து சிரிப்பார்கள். கேலி செய்வதற்கும் காரணமுண்டு. தன் பேரப் பிள்ளைகளைத் தவிர மற்ற பிள்ளைகளை அதட்டி விரட்டுவார். மற்ற பிள்ளைகளும் கோபத்தைத் தீர்த்துக்கொள்ளும் சந்தர்ப்பம் எனப் பயன்படுத்திக்கொள்வார்கள்.

அவள் தோழிகளோடு தாத்தாவின் குடிசைக்குள் விளையாடிக் கொண்டிருக்கும்போது தூரமாக ஆட்டின் சத்தம் கேட்டவுடனே பின்புறம் ஓலைவழியாக ஓட்டையைபோட்டு தப்பித்துச் சென்றுவிடுவார்கள். இவளோ, அவரின் அழுக்குத் துணிகளுக்குள் முகம் புதைத்துத் தூங்குவதுபோல் கிடப்பாள்.

அந்த சின்ன இடத்தையும் மூன்றாகப் பிரித்திருப்பார். முன் அறையில் உட்கார்ந்துகொள்வார், நடு அறையில்

படுத்துக்கொள்வார், பின் அறையில் சமையல் செய்துகொள்வார். மழை வந்தால் நீர் உள்ளே விழாது. ஓலைகளை அவரே முடைந்து, மேற்கூரை கட்டுவதற்கு மட்டும் ஆள் வைத்திருந்தார். துள்ளி விளையாடும் குட்டி ஆடுகள். புழுக்கையோ மூத்திரமோ வீட்டினுள் போடுவதில்லை. கண்டிப்புடன் சொல்லிவைப்பார் அதுகளிடம். இரவில் பயமுறுத்தும் ஆந்தையின் சத்தம். இடைவெளிகள் விட்டு குறுக்குநெடுக்காகப் போட்டிருக்கும் மூங்கில் கம்பில் பல பைகள் தொங்கவிட்டிருப்பார். தனக்கான ரேசன்கார்டு, ஆதார்அட்டை, மருத்துவமனைச் சீட்டுகள் பத்திரப்படுத்தி வைத்திருப்பார். வீட்டின் நடுவில் கூரையைத் தாங்கியிருக்கும் மரமோ வடிவங்களற்று வளைந்து நெளிந்து உறுதியாக இருந்தது. எந்த வடிவத்திலும் சேராத கரடுமுரடான மூன்று கருங்கற்கள் அடுப்பாக மாறியிருந்தது.

ஆடுகளை மேய்ச்சலுக்காக மலைக்குக் கொண்டுசென்றதும். அவள் கால்கள் தானாக அவர் வீட்டைத் தேடிப் போவது யாரும் அறியாத விந்தை. அதிகநேரம் காணவில்லை என்றாலே தாத்தா வீட்டில் இருப்பாள் என்பதை அம்மா அறிந்துகொள்வாள். முன்னறையில் வெத்தலையின் வாசம் நிரம்பிய சின்ன உரல். பல் குத்துவதற்கு சின்னச் சின்ன குச்சிகளை ஒடித்து வைத்திருப்பார்.

ஒருநாள் கூனலுக்கான காரணத்தை அவரிடம் அவள் கேட்டபோது, ‘மலைக்கு ஆடுகளை மேய்சலுக்குக் கொண்டு போறச்சில கடவுளின் வாழைத்தோட்டத்தை ஆடுகள் மேய்ஞ்சிட்டு, அதுக்குப் பொறவு எங்கிட்ட சண்டைபோட்டும் ஆத்திரம் தீராத கடவுள் கோபத்தோடு என்னை சாபம் போட்டுத் தள்ளிவிட்டுட்டான். அதுக்கப் பொறவு இப்படி ஆயிட்டேன் என்றார். இதை விசித்திரமான கதைபோல் கேட்டுக்கொண்டிருந்தவளுக்கு பிறகுதான் தெரிந்தது. தோட்டத்தின் உரிமையாளரின் பட்டப்பெயர் கடவுள் என்று.

கம்பை ஊன்றியபடி டவுனுக்குப் போய் சாயா குடிச்சிட்டு தினமும நியூஸ்பேப்பர் வாங்கி, விவசாய நண்பர்களைப் பார்தது நாட்டுநடப்பைக் கேட்டறிந்த பின்னரே வீடு வருவார். விவசாய சங்கம் அவருக்கு முக்கியமான பொறுப்பை ஒப்படைத்திருந்தது. வயல்களுக்குத் தண்ணீர் சட்டர் திறந்து மூடுவது. இதற்காக அவர் எந்தச் சம்பளமும் வாங்கியதில்லை. சிலவேளை காணாமல்போகும் சட்டர்களின் பாகத்திற்காக மனுக்கள் எழுதிக் கொடுத்து மீண்டும்

புதிது வைக்கும்படி செய்வார். தேவைப்படும்போது சாலையில் கிடக்கும் மதுக்குப்பிகளில் சிலவற்றை எடுத்து மண்ணெண்ணெய் விளக்கு, குட்டி ஆடுகளுக்கான பால் பாட்டிலாக நிப்பிள் போட்டு வைத்திருப்பார்.

பெண் ஆடுகளை வாட்டி, போட்டி என்றே உரிமையாக அழைப்பார். ஆண் ஆடுகள் சத்தம்போடும்போது வாறண்டே... வாறண்டே... எனப் பதில் சத்தம் கொடுப்பார். கூனி நடந்ததில் இருந்து தாத்தாவின் சத்தம் ஆடுகளின் சத்தம்போலவே மாறிவிட்டதாக நினைத்தாள். ஒருசமயம், சூலி ஆடு ஒன்றை மலம்பாம்பு விழுங்கிவிட்டது. ஆடுகளிலேயே மூத்த ஆடு அதுதான். நல்ல ராசியான ஆடு என்று செல்லமாக அழைப்பார். அவர் சோகத்தை எப்போதும் முகத்தில் பார்க்க முடிவதில்லை. அவர் ஆடுகளைப்போல் நிலம்பார்த்து நடப்பதாலோ என்னவோ.

அவள் எவ்வளவோ எடுத்துச் சொன்னபிறகும், தாத்தா மகனது வீட்டு வாசலை மிதித்ததே இல்லை. எதாவது வேண்டும் என்றால் அவளிடமே கேட்டு வாங்கிக் கொள்வார். இந்த வைராக்கியமான செயல் அவளுக்குள்ளும் இருந்தது. இரண்டு மாதத்திற்குமுன் சுற்றுலாவிற்குச் சென்ற கோயில் தலத்தில் வைத்து கன்னத்தில் ஓங்கி அறைந்துவிட்ட அப்பாவை இதுவரையிலும் மன்னிக்கும் மனம் அவளுக்கில்லை. அவரிடம் முகம் கொடுத்துப் பேசியே இரண்டு மாதமாகிறது.

அப்போது அவளுக்கான சிறந்த நண்பனாகவே இருந்தார் தாத்தா. அந்த நேரத்தில் அப்பாவைப்பற்றிய கதைகளை அவள் தாத்தா சொன்னார். பத்து வயசில ஊரைவிட்டு ஓடிப்போனவனுக்காக ஆடு வளர்த்தேன், எப்படியும் திரும்ப வருவான். ஆடு வெட்டி சோறு போடுவதாக நேர்ச்ச போட்டு வைத்திருந்தேன். இருபத்தியொண்ணு வயசில ஊருக்கு வந்தான். வந்த பிறகும் பேசவேமாட்டான்.

எனக்கு ராப்பகலா காடு மலையையும் காவக் காக்கிற வேல. உடையக்காரன் கொடுக்கும் கூலியும் ஆடுமாடுகளில் உள்ள வருமானமும் போதுமானதாக இருந்தது. அதுனால எப்பவாவது அவனை ஊருக்கு வந்து பாப்பேன். அவனுக்கு கல்லியாணம் ஆனபிறகு சில வருஷம் கழிச்சுதான் ஊருப்பக்கம் வந்தேன். ஒருநாள் உங்க அம்மாகிட்ட சொல்லிக்கிட்டு இருந்தான். அவரு இந்த வீட்டுக்குள்ள காலடி எடுத்து வச்சாருன்ன

நானிருக்கமாட்டேன் பாத்துக்கன்னு சொன்னான். உங்கப்பன் காணாமல்போன காயத்தின் தழும்புகள் வலித்தது.

தாத்தா இரண்டாவதாக திருமணம் பண்ணியிருந்தார். தீக்காயம்பட்டு கைவிடப்பட்ட பெண்ணை ஆதரவாக சேர்த்துக்கொண்டார். ஏற்கெனவே அவளுக்குத் திருமணம் ஆகி ஒரு குழந்தையும் உள்ளது. அவளின் இறப்பிற்குப் பிறகு தனிமையிலேயே வாழ்ந்துவந்தார். மலைப் பக்கம் வேலைக்காகவும் விறகிற்காகவும் போகும்போது அவர் வீடு தேடி வருபவர்களுக்கு அந்தந்த சீசனில் என்ன காய்க்குமோ அந்தப் பழங்களோ, காய்களோ கொடுப்பார்.

தாத்தாவைக் குளிப்பாட்டுவதற்காக தெருக்குழாய் தண்ணீரை எடுத்துவந்தார்கள். அப்போது இவள் சொல்ல நினைத்ததை யாரோ கூட்டத்தில் சொன்னார்கள். எல்லாரும் கிணத்தப் புறக்கணிச்சிக்கிட்டு வீட்டு பைப்பு எடுத்துக்கிட்டாங்க. தண்ணி கோராம போட்டதால தண்ணி கெட்டுப்போச்சு. ஆனா அவரு குடிக்கிறதுல இருந்து எல்லாத்துக்கும் கடைசி வரையிலும் இந்தக் கெணறுதான்.

"கொண்டு வாங்க கெணத்துத் தண்ணிய."

அடிக்கடி தாத்தா கிணத்தை சுத்தம் பண்ணிக்கொண்டே இருப்பார். தனது கூனான உடலை மேலும் வளைத்து கிணற்றில் விழுந்துகிடக்கும் ஓலை தூசி துரும்புகளை சின்ன கப்பிகளை வைத்து அரித்து எடுப்பார். எச்சில் துப்பிச்செல்லும் சிறுவர்களைக் கண்டால் கண்டபடி திட்டி குச்சியை எடுத்து அடிக்க ஓங்குவார். நீரில் நடக்கும் நீர்ப்பூச்சிகளை பிடித்துத் தரும்படி அவள் தாத்தாவிடம் கேட்டு நச்சரிக்கும்போது சொல்லுவார்: 'நான் செய்யும் இந்த வேலையை அதுகளும் செய்யுது.' கிணற்றின் கல் இடுக்குகளில வளர்ந்திருக்கும் செடிகளை கம்போ குச்சியோ வைத்து தட்டி முறித்துவிடுவார். வீட்டின் பக்கவாட்டில் மண்தொட்டியில் நீர் நிரம்பியே இருக்கும். ஆள் அரவமற்ற நேரத்தில் காக்கை குருவிகள் குளித்துச்செல்லும்.

கிணற்றைச் சுற்றி குடம் வைப்பதற்காகப் போட்டிருக்கும் சின்ன, பள்ளமான குழிகளில் தண்ணீர் நிரப்பிவைப்பார். தாகம் எடுக்கும் பறவைகள் வந்து நீர் அருந்திவிட்டுச் செல்லும். அந்தக் குழிகளில் சிகப்புநிறக் குழவிகள் நீரின் மேற்பரப்பைத் தொட்டுத்தொட்டு

விளையாடுவதைப் பார்த்து அதை பிடித்துத் தரும்படி அவரோடு அழுது சண்டையிட்ட நாட்களை நினைத்தாள். ஆச்சரியமாக ஒருநாள் துணி வைத்து அமுக்கிப் பிடித்து அவரிடமே காண்பித்தாள். அதை விட்டுவிடச் சொன்னார். அது கோபம் கொண்டது விரட்டி, விரட்டி கொட்டிவிடும் என்றார். தாத்தா ஊருக்காக கிணறு தோண்ட நிலம் கொடுத்தார். வாடை, கோடைக்கும் வற்றாத கிணறு. ஊரையே வாழவைத்த கிணற்றைப் புறக்கணிப்பது நல்லதல்ல என்று சொல்லுவார். அறுபதடி ஆழம்கொண்ட கிணற்றில் ஐம்பதடிக்கும் மேலே வரையிலும் நீர் உள்ளதால் தாத்தாவிற்கு நீர் இறைக்க சிரமமாக இருப்பதில்லை.

அவருக்கு முதுகு வலிக்கும்போதெல்லாம் இவளை விட்டு தைலம் தடவிவிடச் சொல்லுவார். அப்போது முதுகில் உருண்டையாகத் தொங்கியபடி இருக்கும் முதுகுக் கழலையோடு விளையாடுவது அவளுக்குப் பிடித்தமான செயல். விளையாடுவதை தாத்தாவும் மறுத்துப் பேசமாட்டார்.

மற்ற ஆடுகளுக்கு தண்ணீர் காட்டிவிட்டு பீச்சி ஆட்டை தேடிச்சென்றாள். அது அடுக்களைக்குப் பின்புறம் போட்டிருந்த டைல்ஸ் தரையில் கால்களை அங்குமிங்கும் பரத்தி நடக்க முடியாமலும் சில அடிகள் எடுத்துவைத்து சறுக்கி விளையாடுவதுமாக இருந்தது. பீச்சியை கூட்டிக்கொண்டு குடிசைக்குள் சென்றாள். ஓரமாக அடுக்கி வைக்கப்பட்டிருந்த ஆடுகளுக்கான வாய்மூடியைப் பார்த்தாள்.

ஒருமுறை, நான்கு ஆடுகள் ஒன்றாக நுரைதள்ளி இறந்துபோய்விட்டது வாய்மூடி போடாததால். பூச்சி மருந்து அடித்த வாழையிலையைச் சாப்பிட்டதால் இப்படி ஆகிவிட்டது. அதிலிருந்து இந்த வாய்மூடிதான் பாதுகாப்பு. மேய்ச்சலுக்கான குறிப்பிட்ட இடம் வந்ததும் வாய்மூடியைக் கழற்றி விடும்படி நான், நீ எனப் போட்டி போட்டுக்கொண்டு அவரிடம் வந்து நிற்கும் ஆடுகள். இந்த வாய்மூடி செய்வதற்காக குருத்துப் பனையோலைகளை எடுத்து அவரே ஆடுகளுக்கான தாடை அளவுகளை தேர்வுசெய்து முடைவார். அப்படி கிணற்றடியில் இருந்து முடைந்துகொண்டு இருக்கும்போது அந்த வழியாக வந்த காதாட்டி கிழவி சொன்னாள்:

“என்ன கொழுந்தனாரே, வாய்பூட்டு உனக்கா?”

“இல்ல, ஒனக்கும் சேத்துதான் மைனி” என்பார்.

இருட்டோடு ஒன்றியிருக்கும் நிறமுடையவர். உடுத்தியிருக்கும் மங்கலான வெள்ளை நிற உடையை வைத்துதான் அவரை அடையாளம் காணமுடியும். கருக்கல் நேரம் ஆடுகளை பத்திக்கிட்டு வீடு வரும்போது முதுகில் சாக்கைத் தொங்கவிட்டபடி வருவார். தேயிலைத் தோட்டத்துப் பெண்களைப்போல்.

அவரின் துணி, அவர் பயன்படுத்தும் பொருட்கள் இவற்றை எடுத்து வரும்படி அவள் அம்மாவிடம் வந்திருந்த பெண்ணொருத்தி சொல்லிக்கொண்டிருந்தாள். குடிசைக்குள் இருந்தவளின் காதில் விழவே சட்டென ஞாபகம் வந்தவளாக எப்போதும் அவரோடு இருக்கும் கைத்தடியை எடுத்து மறைத்து வைத்தாள். தாத்தாவின் கைரேகைகளாகவே மாறியிருந்தது. அதைத்தடவிப்பார்க்கும்போது அவர் கைகளைப் பற்றியபடியே நடந்த ஞாபகத்தை உண்டுபண்ணியது. எத்தனையோ கைத்தடிகள் முறிந்துவிட்டது. இதுதான் ரொம்ப நாளாகவே அவரோடு இருந்தது.

அவளுக்கு ரொம்ப நாளாக இருந்த ஆசை. திருமணமாகி கணவனோடு தாத்தாவின் குடிசைக்குள் வாழ வேண்டும், கல் அடுப்பில் வைத்து ஒரு நாளேனும் சமைத்துக் கொடுக்க வேண்டுமென்ற நினைப்பு வந்தவுடன் அந்த நாள் இன்று இரவாக இருந்துவிடாதா! நாளைக்குத் தடம் தெரியாமல் போகும் தாத்தாவின் குடிசை. ஒக்கிப் புயலில் அதிகமான சேதம் அடையாமல் இருந்த குடிசையைப்பற்றி பெருமையாகப் பேசிக்கொண்டாள். அதைக் கேட்ட மற்றவர்கள் 'ஆமா சுத்தியும் காங்கிரீட் வீடுகள் உயரமாக இருந்ததால உங்க தாத்தா தப்பிச்சாரு. ஆனாலும் இந்தத் திமிரு ஆவாது. எவ்வளவு நேரம் எல்லாரும் கூப்பிட்டாங்க, மனுஷன் வரவேயில்லையே ஆடுகளோடு ஆடுகளாய் படுத்துக்கிட்டாரு.'

மனச்சோர்வும் உடல்சோர்வும் சேர்ந்து அவளை சற்றுநேரம் குடிசைக்குள் கண்ணயர வைத்தது. தன் தாத்தா நிமிர்ந்த நடையுடன் ஒரு இளைஞனை அழைத்து வருவதுபோலவும் அவனுக்காக கல் அடுப்பில் சமைக்க முற்படுகிறாள். ஒருநேரமும் ஒழுங்குக்கு வராத பானை சரிந்து விழவே பிடிப்பதுபோல் சட்டென விழித்தாள். கண்களில் துளிர்த்து நின்ற கண்ணீரைத் துடைத்தவண்ணம் எழும்பி குடிசையை புதிதாகப் பார்க்கும் பார்வையோடு பார்த்தாள்.

மூங்கில் கம்பு ஓட்டைக்குள் நிறைய நியூஸ் பேப்பர்களை சுருட்டி அடைத்துவைத்திருந்தார். சுற்றும் வீட்டைப் பார்த்தவண்ணம்

இருந்தவளின் கண்களில் அது தென்படவே சின்ன குச்சி எடுத்து குத்தி வெளியில் எடுத்தாள். நிறைய பேப்பர்கள் வந்த பின்னால் இரண்டு பாலித்தீன் பேப்பர்கள் சுற்றப்பட்ட தனித்தனி பொதிகள் கிடைத்தன. அவற்றில் அவருடைய இறப்பிற்கு தேவைக்கு மீறிய பணம் இருந்தது. எல்லாம் ஐநூறு ஆயிரம் ரூபாய்த் தாள்கள். எடுத்து அம்மாவிடம் கொடுத்தாள். வாழைக் கறைபட்ட வெள்ளைச் சட்டைத்துணியைச் சுருட்டி மடக்கி வாரியில் சொருகி வைத்திருந்தார். அந்தச் சட்டை சூலி ஆடு சாகும்போது அவர் போட்டிருந்தது. சில வருத்தங்களை மறைப்பதற்காக தடயங்களை மறைப்பது அவரின் பழக்கம்.

இருக்கும் ஆடுகளை விற்றுவிடலாம். யாரு அதுகள வைத்து பாராத்தியம் பண்ணுவது? பீச்சியை மட்டும் விட்டுவிடலாம் என்றாள் அம்மா.

“கடைசியா ஒரு தடவை பாக்கிறவங்க பாருங்க” என உடலை எடுப்பதற்கு முன்னே ஒருவர் சொல்ல, ஏனோ கடைசி என்ற வார்த்தை வெற்றிடத்தின் குறியீடுபோல. அந்த வார்த்தை ஆடுகளுக்கும் போய்ச் சேர்ந்தது. கழுத்து மணிகளை விசித்திரமாக ஆட்டி சத்தம் போட்டது. மனம் எந்நிலையோ, அதே நிலையில் இயற்கையும் நம்முடன் கலந்துவிடுகிறது. மெல்லத்தான் வீசுகிறது காற்று. ஆனாலும் பெருத்த சத்தம் இடுகிறது தாத்தாவீட்டு மேற்கூரை. அவர் உடலை எடுக்கும் முன் ஒன்றிரண்டு மழைத்துளிகளோடு அவரது உடலை எடுத்துச் சென்றார்கள். இரவு எல்லோரும் பல கதைகளைப் பேசிப் பேசியே தூங்குவதற்கு வெகுநேரம் பிடித்தது.

தாத்தா கைத்தடியை எடுத்து தட்டித் தட்டி நடப்பதுபோலவே கனவுகண்டு கிடந்தாள். திடுக்கிட்டு விழித்தவளுக்கு மீண்டும் டொக்...டொக்... சத்தம் இடைவெளி விடாமல் கேட்டது. மணியைப் பார்த்தாள். காலை மணி பத்தைத் தாண்டியிருந்தது. எல்லோரும் புது மனிதர்களாக மாறியிருப்பதுபோல் தோன்றியது.

குடிசையைப் பிரிக்கும் ஒருவன், மூங்கில் குச்சிகளில் கட்டியிருக்கும் குழவிக்கூட்டை சின்ன கல்லை வைத்துத் தட்டிக்கொண்டிருந்தான் டொக்...டொக்...

- கனலி, மே, 2020

# மொட்ட வாலு

"ஓடம்புல ஒரு அடிகூட வாங்காம, மொட்ட வாலுநாய் தப்பிக்கிதுன்னா அது லேசுப்பட்டதில்ல." இப்படித்தான் ஊரில் எல்லோரும் சொல்லிக்கொள்கிறார்கள். ஒரு அடியாவது குடுக்கணும் இன்னைக்கு. கம்பை மறைத்துவைத்து தேடிக்கொண்டிருந்தாள். எப்பவும் கமலம் அத்தையின் திண்ணையோர மறைவில் படுத்துக்கிடப்பதாக அவளுக்குத் தகவல் கிடைத்தது.

திண்ணைக்குப் போறதுக்கு கொஞ்சம் தயங்கியவளாக யோசித்தாள். காதலர்களைச் சேர்த்தும் பிரித்தும் வைத்த பெருமை அதற்கு. அவள் அம்மா அத்திண்ணைக்கு போகக்கூடாது என்று சொல்லியிருந்தாள்.

கமலம் வேலைக்குப்போய் பொழுதுசாய்ந்த பின்னர்தான் வீட்டிற்கு வருவாள். கமலத்தின் மகன்கள் இரண்டுபேரும் சென்னையில் குடும்பத்துடன் வசித்து வருகிறார்கள். திண்ணை மூன்று பக்கமும் அரைச்சுவருடன் மறைவாக திறந்த மேனிக்கே கிடக்கும். திண்ணையின் வலது பக்கம் ஒரு சந்துள்ளது. அதில்தான் பெரும்பாலும் மொட்ட வாலு கிடக்கும். அந்த வழியை யாரும் பொதுவழியாகப் பயன்படுத்துவதில்லை. திண்ணையினுள்ளே எட்டிப் பாத்தால்தான் ஆட்கள் இருப்பது தெரியும்.

சந்துவழியே போனால் மறுதெருவிற்குப் போய்விடலாம். சில காதலர்களின் பிரச்சினை வந்ததிலிருந்து கமலம் அந்த வழியை பனையோலையால் ஆன கருக்குமட்டைகளை வைத்து அடைத்திருந்தாள். மொட்ட வாலுக்கு ஒதுங்குவதற்கும் ஓலையில் நுழைந்து தப்பித்துச் செல்லவும் வசதியாகப் போனது.

கமலத்தின் வீட்டுப்பக்கத்தில் வந்தவள், மெதுவாக காலடியை வைத்து எத்திப் பார்த்தாள். இருளடைந்து கிடந்தது. மொட்டவாலு கருப்பானதால் கண்கள் மினுங்குவதுபோல் இருந்தது. நாயின் வாடையும் வந்தது. அடிக்கப்போனா கடித்துவிடக்கூடாதே என்ற பயத்தில் ஒதுங்கியே நின்றபடி குறிபார்த்து எறிந்தாள். கம்பானது பனை ஓலையில் பட்டு சர... சர... சத்தம் வந்தது. அங்கு இல்லை என்பதை உணர்ந்தாள். "ச்சே, அது நெனப்பாவே இருக்குறதுனால அப்படித் தோணியிருக்கு." ஓலையில் இருந்து வந்த சத்தம் கேட்டு கமலம் வெளியில் வந்தாள்.

"என்ன...சத்தம்? ஆ! இங்க எதுக்கு வந்து நிக்கிய?"

"மொட்ட வாலு இங்கதான் படுத்துக்கிடக்குமாமே அத அடிக்கத்தான்."

"இங்குனதான் கெடக்கு எனக்கே அடிக்க முடியல."

"வா வீட்டுக்குள்ள. நா தேயில வெள்ளம் குடிக்கப்போறன், ஒனக்கும் தாறேன். உங்க அம்மா இங்க வரப்பிடாதுன்னு வெலக்கி வச்சிருக்காளாட்டி?"

"இல்ல..." என்றவாறு திண்ணையில் உட்கார்ந்தாள். திண்ணைக்கு ஏதோ வித்தியாசமான உணர்வு இருப்பதாகத் தோணியது. எழும்ப மனம் இல்லாமல் கமலத்திடம் அதிகநேரம் பேசவேண்டும் என்ற எண்ணமே வந்தது. திண்ணையின் குளிர்ச்சியில் சாய்ந்தால் நல்லாயிருக்கும் என்று எண்ணினாள்.

மொட்ட வாலு இவளை அடிக்கடி கமலம் வீட்டில் பார்ப்பதாலோ என்னவோ, அதன் உள்ளுணர்வுகூட சொல்லியிருக்கலாம்போல. அது இடத்தை மாத்திக்கொண்டது. கமலத்தின் அறியாமையும் வெகுளித்தனமும் அவளுக்குப் பிடித்திருந்தது. இதனால் வயசு வித்தியாசமின்றி சகஜமாகப் பழகினாள்.

சொந்த நிலத்தில் அரசாங்கம் கட்டிக்கொடுத்த ஒத்த லைட்டுள்ள காலனி வீடுகளே ஊரில் அதிகம். அடுக்களை தனியாகத்தான்

கட்ட வேண்டும். பெரும்பாலும் அடுக்களை தென்னை ஓலையினால் ஆன கீற்றுக் கொட்டகை. மொட்டவாலு நாயாலத்தான் எல்லோரும் அடுக்களைக்கு ஓலையாலான கதவு போட ஆரம்பிச்சாங்க. அதுக்க முழியே தன்னைப்போல் யாரும் இல்ல என்ற அசால்டான நடை. அடுக்களையில் சின்ன ஓட்டையிருந்தாலும் அதன் வழியாக நுழைந்து சீனி டப்பாவைக் கூட விட்டு வைக்காது. டப்பாவை மறைவான இடத்திற்கு கொண்டுபோய் உருட்டி உருட்டி திறந்து நக்கிக்கொள்ளும். கையில் அகப்படாத திருடனைப்போல் வலம் வந்தது. இதுவே எல்லாருக்கும் அதுக்கிட்ட கோபம்.

மொட்ட வாலப் பாக்கும்போதெல்லாம் பூனையின் நிலைதான் ஞாபகத்திற்கு வந்தது அவளுக்கு. எங்கிருந்து வந்ததெனத் தெரியாது. வெள்ளை உடுத்தி காலுக்கு கருப்பு ஷீ போட்டமாதிரியான தோற்றத்தில், வீட்டின் உள்ளும் புறமுமாக ஓடி விளையாடியது. பூனைக்குட்டியோடு பழக ஆரம்பித்தாள். ஒருநாள், லேசான நொண்டலுடன் பூனைக்குட்டி அருகில் வந்து பதுங்கிக் கொண்டது. அடிபட்டிருப்பதை மறந்து விளையாடியது. பிறகு மொட்ட வாலு கடிச்சிட்டதாக அறிந்தாள். ஒரு வாரம் கவனித்துக்கொண்டபோது மீண்டும் புது உற்சாகம் வந்தது பூனைக்குட்டிக்கு. நாயைக் காணும் இடமெல்லாம் சின்னச்சின்ன கல்லை எடுத்து எறிவதை வழக்கமாக்கினாள். கோபம் குறைந்ததும் மறந்துவிட மொட்ட வாலோ இவளைக் கண்டதும் தப்பிக்க ஆரம்பித்துவிடுகிறது.

மீண்டும் ஒருநாள், வெளியில் நின்ற பூனைக்குட்டியிடம் சண்டைக்கான மூர்க்கத்தைக் காட்டி நின்றது மொட்டவாலு. பதிலுக்கு அதுவும் முடிகளைச் சிலிர்த்தது. விரட்டியபோதும் எதிர்பாராத நேரம் பார்த்து பூனைக்குட்டியின் தலையைக் கடித்து உதறியது, கையில் கிடைத்த குச்சி, கல் எடுத்து எறியவே தப்பியோடியது. இரண்டு நாள் கழித்து இறந்துபோனது பூனைக்குட்டி.

எப்படியாவது ஒரு அடியாவது குடுத்தால்தான் மனசு ஆறும் என்ற நிலையில் இருந்தாள். காணும் இடமெல்லாம் வெறிகொண்டு தாக்க நினைத்தும் அதன்மேல் ஒரு அடிகூட விழவில்லை. மறைந்திருந்து இருந்து தாக்க நினைத்தும் விழித்துக் கொள்கிறது. காலடித் தடங்களை அது நன்றாக அறிந்திருந்தது. அடிக்க வருவாள் என்று

தெரிந்தும் வீட்டு முற்றத்தில் வந்து படுத்துக்கிடக்கும். முற்றத்தில் படுத்துக்கிடந்த மொட்டவாலுவை அடிக்கப்போய், மழைபெய்து பாசிபிடித்த தரையில் விழுந்து அடிபட்டு உராய்வுகளோடு அவள் எழும்பியதுதான் மிச்சம்.

கமலம் வீட்டுக்கு இவள் போனதும் எதையாவது தின்னக் கொடுத்துவிடுவாள். இருவருக்குமான நெருக்கம் அதிகமானது. வீட்டில் அவள் அம்மா இல்லாத நேரம் கமலத்திடம் போய்ப் பேசிக்கொண்டிருப்பாள். கமலம் சொல்லும் பேய்க் கதைகள் பிடித்துப்போகவே வீட்டிற்குத் தனியாக வருவதற்குப் பயந்து கமலத்தையும் துணைக்கு கொண்டு விடச்சொல்லுவாள்.

கமலத்தால் பிறரிடம் கதை கேட்கும்போது துவக்கம் மட்டுமே அவளால் கேட்க முடிகிறது. தூங்கிவிடுகிற பழக்கத்தால் யாரும் கமலத்திடம் கதைகள் சொல்லவும் கேட்கவும் விரும்புவதில்லை. தரையில் படுத்துக்கொண்டே அவள் கதை சொல்லும்போதுகூட தூக்கத்தைக் கட்டுப்படுத்தி தூங்கவில்லை என்றே தன்னைக் காட்டிக்கொள்வாள். தலையை மேலும்கீழும் அந்தப்பக்கம் இந்தப் பக்கம் அசைத்தே கதைகளைச் சொல்லுவாள். கமலத்திற்கு எழுதப் படிக்கத்தெரியாது. கமலத்தின் மகன்கள் வெளியூரிலிருந்து போடும் கடிதங்களைப் படித்துக்காட்டி பதில் எழுதிக்கொடுப்பது இவள் வேலையாக இருந்தது.

கமலத்தின் வீட்டில் அப்படியொருநாள் படித்துக்காட்டிக் கொண்டிருக்கும்போது, முற்றத்தில் படத்துக்கிடந்தது நாய். மொட்டவாலில் ஈ இருக்கவே, அதை விரட்ட வாலுக்கு வாய் எட்டாமல் வட்டமடித்துக் கொண்டிருந்தது. நாயைக் கவனிப்பதை கமலம் கவனித்தாள்.

"லெட்டர பொறவு படிக்கலாம், வடக்குப் பொறத்துல கழிக்கோலு வச்சிருக்கேன் எடுத்து ஒண்ணு போட்டுக்கிட்டு வந்து படி" என்றாள்.

ஈ விரட்டுவதை விட்டுட்டு இவளைக் கவனிக்க ஆரம்பித்த மொட்டவாலு குதிரையைப்போல ஓட்டம் பிடித்தது. ஓங்கிய கையோடு நிறுத்திக் கொண்டாள்.

"சவத்துக்கு என்னாவொரு அறிவு... ஊருலவுள்ள ஒரு ஆளையும் நம்பமாட்டேங்குது. இத கண்ணி வச்சித்தான் பிடிக்கணும்" என்றாள் கமலம்.

“அத அடிக்க என்னவிட நீ ஆவேசமாக இருக்க… எதுக்கு, சொல்லுத்த” என்றாள்.

“தெனமும் தொவையலு அரச்சி சாப்ட்டு என்னமோபோல இருந்தது. போனமாசம் அந்தி சந்தையில் இருந்து ஆமக்கறி வாங்கிட்டு வந்தேன். ருசியா சமைச்சி சாப்பிடணும்னு நினைச்சி அம்மியில மசாலா வச்சி அரைக்கப்போனா தண்ணியில்ல. கடைக்குப் போறச்சிலயே வானம் கறுத்து மப்பும் மந்தாரமுமாக இருந்தா வீட்டுக்கு வந்ததும் பொறுபொறுன்னு மழை தூத்த ஆரம்பிச்சிது. ஒடனே நா வாரி வெள்ளத்துல தண்ணி பிடிச்சி அம்மிய கழுவிக்கிட்டு அரைக்கியதுக்கு முன்னாடி கறிய சீனிச்சட்டியில போட்டு வடக்குப்புறம் வாரி வெள்ளத்துல வச்சிருந்தேன். அரைக்க கவனத்துல கறிய மறந்துட்டேன். பொறவு வெளியில வந்து பாத்தா சட்டியக் காணல. மழ மட்டும் வலுத்துப் பெய்ஞ்சிக்கிட்டே இருந்து. அப்பவே இந்த மொட்டவாலத்தான் நெனைச்சேன். வேலய காட்டிட்டியா? இரு விடமாட்டேன்னு நினைச்சிக்கிட்டு, ஆமக்கறி நினைப்புல வெறும் அரப்ப தாழிச்சி சாப்பிட்டேன்.”

“கறிய வேணும்ன எடுத்திருக்கும்னு நம்பலாம். சட்டியவா தூக்கிட்டுப் போகும்.”

“டப்பா தூக்குற நாயிக்கு சட்டிய தூக்கத் தெரியாதா?” என்றாள் கமலம்.

“என்னமோ இந்த விஷயத்துல அது அபாண்டமா பழியைச் சுமந்து அலையுதுன்னு நினைக்கியேன்.”

“ஒனக்கு ஒன்னு தெரியுமா? இந்த நாய அந்த ரிட்டையர்டு போலீஸ்காரர்தான் வளத்தாரு. இப்டி பயங்கர களவு படிச்சி வச்சிருக்குறதுனால நடையில அவரு ஏத்துறது கிடையாது” என்றாள் கமலம்.

“அக்கம்பக்கத்து வீடுகளில் உள்ளவர்கள் வீட்டப் பூட்டாம கொஞ்சநேரம் அப்புறம் இப்புறம் போனாலே வீட்டுல இருக்குற பிள்ளைங்ககிட்ட சொல்லுவாங்க, ‘லே…மக்கா… கதவு தெறந்து கெடக்கு, மொட்டவாலு நொழைஞ்சிராம பாத்துக்க….’ யாருக்குமே அதுமேல இரக்கமே வாறதில்ல. ஒருவேள, அது களவாங்காம இருந்திருந்தாக்கூட யாருக்கும் அதுமேல பரிதாபம் வராது. அதனோட முக ஜாடை அப்படி. திருட்டுப் பார்வை,

முறுக்கேறிய உடம்பு, அதிலும் இந்த மொட்டவாலுதான் அதக்கடுமையானதா காட்டுறது."

ஒருநாள் மொட்ட வாலு பத்தின பேச்சுக்களோடே கமலத்தின் மகன்கள் போட்ட லெட்டருக்கு பதில் எழுதவும் செய்தாள். அப்போதான் பேச்சுவாக்கில் கமலம் மகன் போட்ட லெட்டரை ஒட்டி போஸ்ட் பண்ணிவிட்டதாகச் சொன்னாள். இரண்டு நாள் கழிச்சி போஸ்ட்மேன் லெட்டரை கிழிச்சி போட்டுட்டு கோபத்தோடு போனதை கமலம் குறிப்பிட்டாள்.

ஒருவாரம் கண்ணில் தென்படாத மொட்டவாலுவைப்பற்றி கமலத்திடம் கேட்டாள். "போனவாரத்துல ஊருக்குள்ள ராப்பாடி வந்தான். ஒரே குரைப்பு சத்தமா இருந்து. கதவு ஓட்ட வழியா பாத்தேன். எங்க வீட்டுத் திண்ணையில் நின்னு ரொம்பநேரம் என்னத்த எல்லாமோ சொன்னான். அவனச் சுத்தி குரைச்சிக்கிட்டு நின்ன நாயயோள அவன் காறித் துப்பி வெரட்டினான். மற்ற நாயெல்லாம் ஓடிட்டு இந்த மொட்ட வாலுமட்டும் அவன பாட விடவேயில்ல. அதுல இருந்து மொட்ட வாலுவ அட்ரஸ் இல்ல. எப்டியும் அதுக்கவாய அவனுக்க தெய்வத்த வச்சி கெட்டியிருப்பான்."

யாருக்கும் அடங்காதது ராப்பாடிக்காவது அடங்குச்சே என்ற சந்தோஷம் அவளுக்கு. அடுத்த மாதம் கமலத்தின் இருமகன்களும் ஊருக்கு வருவதாகத் தகவல் அனுப்பியிருந்தார்கள். அதில் இளைய மகனின் மனைவியும் குழந்தையும் கொஞ்சநாள் கமலத்திடம் இருப்பதாகவும் பேரன் தன்னோடு இருக்கப்போவதை நினைத்து கமலத்திற்கு சந்தோஷம். எல்லாருகிட்டயும் சொல்லிச்சொல்லி அரற்றினாள். மூத்த மகன் வருவதைக் காட்டிலும் வராமல் இருப்பது நல்லது என்று நினைத்தாள். தேவைகள் இல்லாமலேயே பிரச்சினை பண்ணுவதை வேலையாகக் கொண்டவன். கமலத்தின் மூத்தமகனைப் பார்ப்பது மொட்டவாலுவைப் பார்த்த மாதிரிதான் இருந்தது. வித்தியாசமான தோற்றத்தில் இருந்தான். நாயின் செவலைநிறக் கண்களைப் போலவும், செம்பட்டையான அடர்த்தியில்லாத மீசை முடிகளுடன் உயரமான ஆளாக இருந்தான்.

மொட்ட வாலு ஒத்தப்பனை வீட்டில் தங்கியிருப்பதாக கமலம் சொன்னாள். அது பகலைவிடவும் இராத்திரிதான் இப்போது நடமாட்டத்தை வைத்துள்ளது.

ஊர்க் கிணற்றிலிருந்து சற்றுத் தொலைவில் காணப்பட்டது ஒத்தப்பனை வீடு. வயதான ஒருவர் அங்கு இருந்தார். வெளியூரில் உள்ள கோயில் தலங்களில் சுற்றி அலைந்துவிட்டு எப்போதாவது அந்த வீட்டிற்கு வருவார். வீடும் அநாமத்தையாக கிடந்தது. இரவுநேரம் பதுங்குவதற்கு ஏற்ற வீடாக இருந்தது. காற்றில் பனையோலையின் சத்தமும் வீட்டின் தனிமையும் பயத்தை உண்டுபண்ணுவதாக இருந்தது. கமலத்தின் பேய்க் கதைகள் அந்த வீட்டைப் பார்க்கும்போது ஞாபகம் வந்தது. அதனால் அங்கு போய் மொட்டவாலுவை அடிக்கத் தயங்கினாள்.

வெளியூரிலிருந்துவந்த கமலத்தின் பேரனை தூக்கிக் கொஞ்சுவதில் பிரியமாக இருந்தாள். குழந்தையும் சிலவாரங்களில் அவளோடு நன்றாகப் பழகிவிட்டான். அவன் அழும்போதெல்லாம் கமலம் குழந்தையை எடுத்துக்கொண்டு இவளது வீட்டிற்கு வருவதை வழக்கமாக்கினாள்.

பேரன் அழுவதாகச் சொல்லி மாலை நேரம் அவள் வீட்டிற்குப் போய் சமையலறையில் குழந்தையை விளையாட விட்டாள். கமலம் சமையலறை பின்வாசல் கட்டளையில் சாய்ந்தவாறு உட்கார்ந்து சொன்னாள்:

"லேசா தல வலிக்குது, கொஞ்சம் தேயில வெள்ளம் போட்டுத்தாட்டியம்மா."

"ம், தாரேன். தூங்காம கத சொல்லு."

கமலத்தின் மூத்த மகனின் வீரதீரச் செயல்களை சொல்லிக்கொண்டேயிருந்தாள். கதை இடையில் இழுத்து இழுத்துச் சென்றது. சாய்ந்தவாக்கில் தூங்க ஆரம்பித்தாள்.

குழந்தையிடம் காலியான மசாலா டப்பாக்களை விளையாடக் கொடுத்திருந்தாள். தேயிலைத் தண்ணீர் அடுப்பில் கொதித்துக்கொண்டிருந்தது. வடக்குப்புற முற்றத்தில் எப்போ வந்து படுத்துன்னே தெரியல மொட்ட வாலு. ஆழ்ந்த உறக்கத்தில் இருப்பதுபோல் முதுருகாட்டிக் கிடந்தது. மொட்ட வாலுவை பார்த்தவளுக்கு ஏக குஷியாகிவிட்டது. கூடவே அது எழும்பிவிடக்கூடாது என்ற எச்சரிக்கை உணர்வோடு மெதுவாக பாத்திரங்களை எடுத்துவைத்தாள். சிந்தனையெல்லாம் எதைக்கொண்டு அடிப்பது. கம்பு வெளியில் கிடக்கிறது. வெளியில் போனால் ஓடிவிடும். வசமாக வந்து மாட்டியிருக்கு,

விடக்கூடாது என்று எண்ணினாள். ஆவி பறக்கும் மூடியை மூடி வைத்துவிட்டு அடுப்பை அணைத்துப் போட்டாள். அங்குமிங்கும் வீட்டினுள் தேடினாள். குடுப்பது பலமாக குடுக்கவேண்டும் என நினைத்துக்கொண்டாள்.

உரலின் ஓரத்தில் உலக்கையோடு சேர்ந்து மண்வெட்டி கழன்று கம்பு தனியாக சாத்தி வைக்கப்பட்டிருந்ததைக் கவனித்தாள். அடுக்களையில் இருந்து மூன்றடி தள்ளி நின்றுகொணடு எறிந்தால் சரியாக அதன்மீது பட்டுவிடும் என்று கணித்தாள். ஓங்கி எறிந்தாள். கம்பின் நீளத்தையும் கட்டளை குட்டையாக இருப்பதை கவனிக்க மறந்தாள். நடைதட்டி கமலத்தின் மண்டையில் அடி பலமாக விழுந்தது. அடிபட்ட வேகத்தில் கமலமோ 'ஐயோ' என்ற கூக்குரலோடு சாய்ந்தாள். குழந்தை கத்தி அழஆரம்பித்தது. கை, கால்கள் நடுநடுங்க இவளும் அழுதாள். மெதுவாகத் தூக்கி சாய்ந்தவாக்கில் உட்காரவைத்து நன்றாக தடவிக்கொடுத்தாள். மண்டை வீங்கி ரத்தம்கட்டி, லேசாக ரத்தம் கசிந்துகொண்டேயிருந்தது. மருந்து எண்ணெய் போட்டுவிட்டு குடிக்கத் தண்ணியும் கொடுத்தாள்.

ஏதோ விபரீதம் நடப்பதாக உணர்ந்த மொட்டவாலு எழும்பி காதுகளை கூர்மையாக்கி காலை நீட்டி சுருக்கிக்கொண்டு முதுகை சற்றுத் தூக்கி, தாழ்த்தி உடலை உதறியபடி கடந்து சென்றது. அது சாவகாசமாக போவதைப்பார்த்து இவளுக்கு மேலும் கோபம் வந்தது. காட்டிக்கொள்ளவில்லை. கமலத்தின் பேரன் பயத்தில் ஒதுங்கிக்கொண்டான். பேரனையும் எடுத்துக்கொண்டு நடுக்கத்துடனே வீட்டிற்குப் போனாள் கமலம்.

கமலத்தின் இளைய மகனிடம் இருந்து சரியாக திட்டு வாங்கிக் கட்டிக்கொண்டாள். "மூத்த மகன் வந்தான்னா சண்டைக்கி வருவான். அதுமட்டுமல்ல; யாருன்னு பாக்காம அடிக்கவும் வருவான். அதுனால நீ சீக்கிரம் வீட்டுக்குப் போ" என்றாள் கமலம். இவளும் பயந்தபடியே வந்து வீட்டில் மறைந்துகொண்டு கதவை உள்ளே தாழ்ப்பாள் போட்டுக்கொண்டாள். அப்போது நினைத்தாள், 'இந்தக் கமலம் மட்டும் இடையில் இல்லாமல் இருந்திருந்தா அடித்திருக்கலாம். கமலத்தின்மீது கோபம் வந்தாலும் நல்லவேளை பெரிய ஆபத்திலிருந்து தப்பிச்சாச்சி, அவளுக்க மூத்த மகன் போறது வரைக்கும் அவன் கண்ணுல பட்டுரக்கூடாது' என்று முடிவு பண்ணினாள்.

மறுநாள் கமலத்தின் மூத்த மகன் வீடு தேடி வந்துவிட்டு யாரும் இல்லை என்று திரும்பிப் போய்விட்டதாக பக்கத்தில் சொன்னார்கள். வைத்தியரிடம் மருந்து வாங்கித் தேய்த்தாள் கமலம். ஓரளவிற்கு சரியாகி வந்தாள். கமலத்தின் மகனை தூரத்தில் கண்டாலும் எங்கேயாவது போய் பதுங்கிக் கொள்வாள். அவன் கண்ணில் சிக்காமல் தப்பித்து வந்தாள். கமலத்தின் மூத்த மகன் மீண்டும் ஒருநாள் அவளது அம்மாவிடம் வந்து கேஸ் குடுக்கப்போவதாக மிரட்டிச்சென்றான்.

இன்னும் இரண்டு நாளில் கமலத்தின் மகன்கள் வெளியூருக்குக் கிளம்பிவிடுவதாக அறிந்தாள். சற்றே நிம்மதி அடைந்தவளாக இருந்தாள். வெயில் உச்சியில் இருக்கும் நேரம் கிணற்றடிக்கு தண்ணிக்குச் சென்றாள். அவள் நினைத்தது போலவே வெறிச்சோடிக் கிடந்தது கிணற்றடி.

கிணற்றின் கல் இடுக்கிலிருந்து விழும் நீர்த்துளிகளின் ஓசையோடு, பனை மரத்திலிருந்த அண்டங்காக்கையின் சத்தம் கிணற்றுக்குள் எதிரொலித்தது. இரண்டு வாளி தண்ணீர் எடுத்ததும் தூரமாக வருவது யாரெனப் பார்த்தாள். தள்ளாடின நடையுடன் கமலத்தின் மகன் வருவதைக் கண்டாள். "ஐயோ போச்சி, எங்கு போய் ஒளிவ"தென யோசித்த மறுகணம் தானாகவே ஒத்தப்பனை வீட்டின் வெளியோரத்தில் மறைவாக பதுங்கிக் கொண்டாள். ஓலையின் இடைவெளியோடு பார்த்தாள். அவன் கிணற்றடிக்கு வந்து குடத்தில் இருந்த நீரைச் சாய்த்து காலை கழுவிக்கொண்டிருந்தான்.

எப்போது போவான் என்று நினைத்துக்கொண்டே, சுற்றும் ஒரு தடவை பார்த்தாள். பனம்பழங்களின் வாசனை மூக்கைத் துளைத்தது. கீழே விழுந்து கிடக்கும் பனம்பழங்களில் வண்டுகள் மொய்த்துக்கொண்டிருந்தன. திறந்து கிடக்கும் குடிசையின் உள்ளே என்ன இருக்கு என்று எட்டிப் பார்த்தாள். லேசாக உருவம் மண்ணில் அசைவது தெரிந்தது. மீண்டும் ஓட்டை வழியாக கிணற்றடியைப் பார்த்தாள். அவன் கிணற்றங்கரையில் உட்கார்ந்து இருந்தான். பயம் ஒருபுறம் இருந்தாலும் வீட்டினுள் அசைவது என்னவென்று பார்த்துவிட நினைத்தாள். ஓலை வழியாக வெளிச்சம் உள்ளே வருவதுமாதிரி திறந்து பார்த்தாள். மொட்ட வாலு படுத்துக்கிடந்தது. மெதுவாக சின்ன கல்லெடுத்து எறிந்தாள். அது அசையவேயில்லை. அருகில் இருந்த சின்ன குச்சியை எடுத்து

தட்டிவிட்டு மறைந்துகொண்டாள். நாய் விழித்துக்கொண்டது. மொட்டவாலுவின் முன்னங்கால் ஒரு பகுதி பிளக்கப்பட்ட பச்சப் புண்ணாக இருந்தது. நொண்டிக்கொண்டே மெதுவாக வெளியே சென்றது.

அவளை இதுவரையிலும் பார்த்ததேயில்லை என்ற பார்வையோடு முகத்தைத் திருப்பிக் கொண்டது. தனக்கு மொட்டைவால் மட்டும்தான் இப்போதைக்கு இல்லாத குறை என நினைத்துக் கொண்டாள்.

௸

# ரயில் பூச்சி

அம்மா சொன்னதையே நினைத்துக் கிடந்தாள்.

'நாளைக்காவது போய் அந்த ஜுவல்லரி கடையில நிக்கிற தொகை இருபதாயிரத்தை வாங்கிக்கிட்டு வா. இந்த வாரத்துக்குள்ள புது வீட்டுக்கு அட்வான்ஸ் கொடுக்கனும். இல்லன்னா வீடு மாறிப் போய்விடும்.'

எப்படி அந்த ஜுவல்லரி கடைக்குப் போறது? நினைக்கும்போதெல்லாம் அவன் நினைவுகளால் குழம்பிக்கிடந்தாள். அவன் ஜுவல்லரி கடையில் இல்லாதிருந்தால் பணத்தை கேஷியரிடமிருந்து வாங்கிவிட்டு வந்துவிடலாம். கேஷியர் லீவில் இருக்காருன்னும் எத்தனை முறைதான் அம்மாவை ஏமாற்றுவது. போறதுக்கும் அரைமணி நேரத்திற்குமுன் பேங்குக்குப் போனார் என்றும் அடுக்கடுக்கான பொய்கள் சொல்லித் தப்பித்து வந்தாள்.

நாளைக்கி எப்படியாவது போய் வாங்கிவிட வேண்டியதுதான். அவன் இருந்தாலும் இல்லாவிட்டாலும். கண்களை நேருக்குநேராக பார்க்கும் துணிச்சல் இல்லாமலா அவனைக்கண்டு மனசு படபடக்கிறது. எல்லா நினைவுகளும் அவனைச்சுற்றியே ஒரு போர்வையைப்போல போர்த்தியிருந்தாள். அவள் அம்மா எப்போதும்

அதிகாலையில் எழும்பி மின் விசிறியை குறைத்து வைப்பதை வழக்கமாக வைத்திருந்தாள். இப்ப படுத்தது மாதிரி தெரியுது, அதற்குள் விடிந்துவிட்டது. மின்விசிறியை வெறிப்பதுபோல் மல்லாந்து படுத்துக் கிடந்தாள். மின்விசிறியின் வேகம் குறைந்திருந்தது. அப்படியே தன்மீது விழுந்துவிடாதா? ஐயோ வேண்டாம்... வீட்டில் உருப்படியாக இருப்பது இது மட்டும்தான். விழுந்தாலும் மீண்டும் வாங்கி நான்தான் மாட்டனும், அதுக்கு தொங்கிக்கிட்டே இருக்கலாம். எந்த ஒட்டடையும் இல்லாமல் அவ்வளவு சுத்தமாக இருந்தது மின்விசிறி. இப்படியான வேலைகளை மட்டும்தான் அம்மா சரியாகச் செய்கிறாள். அதிகாலைக் குளிரும் இரவு தூக்கம் இல்லாததாலும் உறக்கம் சொக்கிக்கொண்டு வந்தது. இந்த ஊரடங்கை இன்னும் ஒரு மாசம் நீட்டி வச்சாங்கன்னா நல்லாயிருக்கும். இப்போது வேலை பார்க்கும் அந்தப் பிரபல ஜுவெல்லரியில வேலை கிடைச்சதால தப்பிச்சேன். இந்தக் கொரோனா தொற்று ஊரடங்கிலும் சம்பளம் சரியாக அக்கவுண்டுக்கு வந்துவிடுகிறது. அங்கு வேலை கிடச்சதே அதிர்ஷ்டம் என்று அம்மா சொன்னாள்.

கடையில் வேலை பார்ப்பதே உற்சாகமான மனநிலை அவளுக்கு. பகலைவிட அந்திசாயும்போது விளக்குகளின் ஒளியில் நகையின் மினுமினுப்பு சேர்ந்து ஜொலிப்பது மங்களகரமான உணர்வையே உண்டுபண்ணியது. ஒரே மாடல் நகைகளைப் பார்ப்பது அயற்சியாக இருக்கும். புதிய மாடல்களில் மனம் உற்சாகம்கொள்ளும். கடையில் வேலை பார்க்கிறோம் என்ற நிலையை மீறி பொறுப்பும் நகைகளைக் கையாளும் விதத்திலும் அக்கறை கொள்ளும்.

வீட்டுச் சன்னலின் இடைவெளியில் அதிகாலை ஒளி தவழ்ந்தது. ஒளிக்கு முதுகுகாட்டி வலப்பக்கமாகச் சரிந்தாள். மகள் தானாக எழும்புவதற்கான பரபரத்த சத்தங்களை உருவாக்கிக் கொண்டேயிருந்தாள். ஒருகட்டத்தில், மின்விசிறியை ஆஃப் பண்ணி பொறுமையின் கடைசி ஆயுதமாகப் பயன்படுத்துவாள் அம்மா.

கொஞ்சநேரத்தில் எழும்பிவிடலாம் என நினைத்தே மீண்டும் உறங்கியிருந்தாள். அம்மா தண்ணி பிடிப்பது, பாத்திரம் கழுவுவது, முற்றத்தில் நீர்தெளித்து கோலத்திலும் சில புள்ளிகளை மறந்து எப்படியோ ஒன்று சேர்த்திருந்தாள். வெந்நீர் அடுப்பில் கொதித்துக் கொண்டிருந்தது. ரேசன் அரிசி புடைத்து சுத்தமாக்கி, பாத்திரத்தில்

தட்டி நீர் ஊற்றி வைத்திருந்தாள். மெல்லமாக தொண்டையை செருமினாள். ஆனாலும் வாயைத் திறக்க பயமாக இருந்தது. எதாவது சொல்லப்போய் தற்கொலை செய்துகொண்டால் தன்னந்தனியாக ஆகிவிடுவோமே என்ற எண்ணமும். எப்படி இவளை வழிக்குக் கொண்டு வருவது.

மகளின் வயதில் சந்தோஷமாக வாழ்ந்த நினைவுடன் அவள் கணவனது போட்டோவின் முன்நின்று அழுதாள். மகளின் ஐந்து வயதில், விபத்திற்குள்ளாகி இறந்துபோனார். உடற்கூறாய்விற்கு சம்மதிக்காததால் நஷ்டஈடு பணமும், ஒவ்வொரு வீடுவீடாக மாறுவதால் விதவைக்கான உதவித்தொகையும் அவள் கைக்கு வரவில்லை. அதற்கான எந்த முயற்சியும் எடுக்கவில்லை. வயதும் சில வருடங்களில் அறுபதைத் தொடும். திருமணமாகி இருபது வருடங்கள் கழித்து நாகராஜா கோவிலில் நேர்ந்து பிறந்த மகள் என்பதால் அந்தக் கோவிலுக்குச் சென்று வழிபட்டு வருவாள். பிறந்த மூன்று மாதத்தில் மகளின் அருகில் நல்ல பாம்பு வந்ததைச் சொல்லுவாள், மகள் தெய்வத்தின் பிறவி என்று. பன்னிரெண்டாம் வகுப்புவரை படிக்க வைத்தாள். மகள் வேலைக்கு செல்லத் துவங்கியதும் உடல்நிலை சரியில்லை என வேலைக்குச் செல்வதை நிறுத்திக்கொண்டாள். மகள் உழைப்பில் எல்லாம் நடந்தது.

வீட்டின் பின்புறம் மீன் விற்பவளின் சத்தம் கேட்டது. ‘மீன் வாங்கணுமா, சொல்லு’ எனக் கோபம் அடக்கிய மெதுவான குரலில் கேட்டாள்.

விழிப்புத் தட்டியவள், ‘ஐயோ தூங்கிட்டோமே எப்படி வேலைக்குப் போகமுடியும். முன்பு வேலைபாத்த ஜுவல்லரி கடைக்கு ரூபா வாங்கப் போணும். நாளைக்கி வேலைக்கி போய்க்கிடலாம்’ என சமாதானம் செய்துகொண்டே அம்மாவிற்குப் பதில் சொன்னாள்.

“நேத்தைக்கே மீன்காரி திட்டிக்கிட்டுதானே போனாள். வாங்கின கடனைக் கொடுக்காம எப்படி மீன் வாங்கமுடியும். கடன் வாங்குவதே உங்களுக்குப் பிடிக்காது இருந்தும் வாங்கியாச்சி திரும்ப எப்படி? என்னை எழுப்பனும்னா எழுப்பிருக்கலாம்தானே. அதுக்கு இப்படியா?” என்றாள் மகள்.

“ஜுவல்லரி திறந்து பதினைந்து நாள் ஆகுது. உனக்கு இன்னும் ஊரடங்கு முடியல. இந்த மாதத்தோட நாம இருக்குற வீட்டுக்குக் கொடுத்த அட்வான்ஸ் தொகை வாடகையில் கழியுது. இருந்த

பொட்டு கம்மலையும் அடகு வச்சாச்சி. அதுல இப்ப நூறு ரூபாதான் மிச்சம். அதத்தான் உனக்கு பஸ்சுக்கு தந்துவிடனும்."

"பதினைந்து நாள் லீவுக்கான டாக்டர் சர்டிபிகேட் வாங்கி வச்சாச்சு. நீ இன்னும் எதையோ நினைச்சிக்கிட்டு..."

எதுவும் பேசாமல் பல் துலக்கத் துவங்கினாள். தேய்க்கும்போதே மண்ணில் ஊர்ந்துசெல்லும் கருப்புநிற ரயில் பூச்சி உடலின் பக்கவாட்டில் மினுங்கிக் கொண்டிருந்த அதன் உருவ அமைப்பைப் பார்த்து வியந்தாள்.

ரயில்பூச்சிகூட பொறக்கும்போதே நகையோட பொறந்திருக்கு. ஜுவல்லரி கடையில் நகைகளையே பாத்துக்கிட்டு இருப்பதால் அந்த ஆசை வரவில்லை. அவன் என்றைக்கு வந்துவிட்டுப் போனானோ அன்றிலிருந்துதான் அதன்மீது வெறுமையை உணர்ந்தாள். பற்பசையை வேண்டுமென்றே ரயில்பூச்சியின்மீது துப்பினாள், சுருண்டு கொண்டது. சிறிது நேரத்தில் பசையுடன் அது நகர்வதைப் பார்த்துச் சிரித்துக்கொண்டாள். கடைக்குக் கிளம்புவதற்காக பீரோவில் இருந்த மஞ்சள் நிறப் புடவையை எடுத்து முகர்ந்தாள். புதுத் துணியின் வாசனை அப்படியே இருந்தது. புடவை கட்டிக்கொண்டிருக்கும்போதே அம்மா மறுபடியும் நினைவுபடுத்தினாள்.

"எப்படியாவது ரூபா வாங்கிட்டு வந்துடு. அந்த வீட்ட விட்டா வீடு கிடைக்கிறது கஷ்டம்."

கோபமாக அம்மாவின் முகத்தைப் பார்த்தவள், வார்த்தைகளை வாரி இறைத்தாள்.

"நாகர்கோவிலையும் வில்லுக்குறியையும் விட்டா வேற இடமே கிடையாதா... உங்களுக்கு. அதுலயும் நம்ம ஜாதிக்காரங்க இருக்குற இடம் பாத்துதான் குடிபோற... வேலை பாக்க நிறைய கடைகள் இருக்கு. எதுக்காக ஜுவல்லரி கடையை மட்டும் தேர்ந்தெடுத்திருக்கிற... உனக்கு என்ன கட்டியே குடுக்கக்கூடாது, அப்படித்தானே... உன்ன நான் கண்கலங்காம வச்சி காப்பத்தனும், அதத்தானே நினைக்கிற. எனக்க மேல உனக்கு அக்கறை இருந்தா காசு சேத்து வச்சிருப்பா. என்னோட சம்பளக் காசு அத்தனையும் செலவழிக்கிறது உனக்க வேல... வர்றவன்கிட்ட சொல்லு, சீதனமா என் பொண்ணுகூட நான்தான் வருவேன்னு... பானையில

கடைசிச் சொட்டு நீர் தீரும்வரை இருக்க வேண்டியது மறுபடி புலம்ப வேண்டியது..."

"உனக்குக் கிடைக்கிற வருமானத்துல வீட்டுப்பாடுக்குத்தான் சரியா இருக்கு. இதுல எங்க மிச்சம் பிடிக்க முடியும். நீ ரூபா வாங்கவே போக வேண்டாம்..." கண்ணீரைத் துடைத்தபடி சமையலறையில் கொதிக்கும் சோற்றுப்பானையின் மூடியைத் திறந்துவைத்து வெறித்தபடி பார்த்துக்கொண்டேயிருந்தாள் அம்மா.

மகள் கோபம் அடங்கியதும் கிளம்பிப் போய்க்கொண்டிருந்தாள், அம்மாவிடம் எதுவும் சொல்லாமல்.

பேருந்தில் இருக்கையைப் பிடித்து உட்கார்ந்துகொண்டு அம்மாவைத் திட்டியதை நினைத்து தனக்குத்தானே பேசினாள். 'எதுக்காக இவ்வளவு கோபம் அவங்கமேல நான் செய்தது சரியே இல்ல... அடங்க மறுக்கும் உடலின் உணர்வு இப்படியெல்லாம் பேசச் சொல்லுது. இனிமேல் அவங்கள பேசக்கூடாது. தப்பு அம்மா மேல இல்ல. அவன் மேலத்தான். இல்ல இல்ல என்மேலத்தான்.' பழியை தன்மேல் எறிந்ததும் கண்ணீர் வந்தது. முகம் மறைத்தாள். கொஞ்சநேரம் பார்க்கில் போய் தனிமையில் உட்கார்ந்துவிட்டு கடைக்குப் போகலாம் என எண்ணினாள். பஸ்ஸை விட்டு இறங்கி சாலையைக் கடந்து பார்க் போகும்வழியில் ஐந்து ரூபாய் டிக்கெட் எடுத்துக்கொண்டு தனிமையில் இருந்த இருக்கையில் போய் உட்கார்ந்தாள். மரங்களைப் பார்த்தவாறே அவனை நினைத்தாள்.

முதலில் காதலைச் சொன்னான். இரவில் அதிக நேரம் பேசினோம், தினமும் எல்லா வேலைகளும் எளிதாக இருப்பதாக உணர்ந்தேன். எத்தனையோ முறை வெளியில் செல்ல அழைத்தும் போகாததுதான் அவனுக்குக் கோபமோ... இருக்கலாம். இருந்துவிட்டுப் போகட்டும். அம்மா என்னோடு அடிக்கடி சொல்லும் வார்த்தை ஆசை வார்த்தைசொல்லும் ஆண்களை நம்பக்கூடாதென்று. வீட்டிற்கு பெண் பார்க்க வருவேன் என்று சொன்னான். வாங்கிவைத்த மல்லிகைப்பூ இரவு முழுவதும் வீடெல்லாம் மணத்துக்கொண்டிருந்தது. காலையில் அம்மா அவளது அக்காவையும் அக்காவின் மகளையும் அழைத்திருந்தாள். அவனது அம்மா அக்காவோடு வீட்டிற்கு வந்தான்.

முதல்முறை பார்ப்பதுபோன்று நடந்துகொண்டான். ஐந்து பவுன் நகையும் கல்யாணத்தை நடத்தியும் விட வேண்டும்

என்றார்கள். அம்மா முழித்துக்கொண்டிருந்தாள். அக்காதான் இடையில் கேட்டாள். உங்க பையன் விரும்பித்தானே வந்தான். அப்புறம் எதுக்கு இதெல்லாம். வசதியில்லாதவர்கள், தகப்பனில்லாத பெண், பார்த்துப் பேசுங்கள் என்றாள். நம்ம ஜாதியா இருக்குறதுனாலத்தான் வீடு தேடிவந்தோம் என்றார்கள். கொடுத்த டீயில் பாதியைக்குடித்துவிட்டு வைத்துவிட்டான். ஒரே வார்த்தையில் அம்மா சொன்னாள். என் பொண்ணுக்கு இப்போது நேரம் சரியில்லை ஒரு வருடம் கழியட்டும் என்றாள். அவன் எதுவுமே பேசாமல் இருந்தான்.

அவனோடு பழகிக்கொண்டிருக்கும்போது ஒரு நாள் கையைப் பற்றி இழுத்து வாயில் மிட்டாயை திணித்தான். அப்பாவின் அரவணைப்பில்லாத ஏக்கம் அவன் கைகளில் காண்பதாகத் தோன்றியது.

அவர்கள் போனபிறகு அவனிடம் பேசுவதை நிறுத்திக்கொள்ள அவளது அம்மா சொன்னாள். அவளோ, வேலையை விட்டு நீங்குவதாகவே சொன்னாள். இரண்டு மாதம் வேறு ஜுவல்லரியில் வேலைதேடி அலைந்தாள்.

இரவில் செல்போனின் மெல்லிய குருவிச்சத்தம் எந்த ஆழ்ந்த உறக்கத்திலும் விழிப்படையச் செய்கிறது. வேகமாகத் துடிக்கும் இதயத்தை ஆற்றுவதே பெரும்பாடென கடந்தாள்.

எல்லாம் குறிப்பிட்ட எல்லைக்கு மேலே பழகிவிடத்தான் செய்கிறது. செல்போன் சத்தம் கேட்கும்போதெல்லாம், அவனோ என தினமும் பார்த்து ஏமாந்ததுதான் மிச்சம். அவன் போன் நம்பரை டெலிட் பண்ணியபின் மனம் பதைத்தது. ஒருமுறை போன் பண்ணி பாத்திருக்கலாமோ. அவசரப்பட்டு செய்துவிட்டோமோ எனது நம்பரும் அவனிடம் இருக்கும். சொல்லலாமே ஒரு மன்னிப்பாவது.

என்னை நிராகரிப்பதற்கு இது ஒரு வழியாகக்கூட இருக்கலாம். இரண்டு மாதத்திற்குமுன் என்னோடு வேலைபார்த்த பெண் பேருந்தில் வைத்துச் சொன்னாளே, “ஏ, என்ன உங்க வீட்ல அவனுக்கு டீக்கு பதிலாக பாயாசம் காச்சி குடுத்தீங்களாம்... அப்புறமா உங்க அம்மா ஒரு லூசாமில்ல. அப்படின்னு சொன்னான். கடையில எல்லாரும் சிரிச்சிட்டோம் தெரியுமா... அப்படி சொன்னதையாவது சொல்லி அவனை போன் பண்ணித்

திட்டியிருக்கலாமே, அதையும்தான் செய்யவில்லை” என நினைத்தாள்.

பார்க்கில் கூட்டம் இல்லாமல் இருந்தது. அவளை சுற்றிச் சுற்றியே ஓடித்திரிந்த அணில்கள் இலைகளையும் காய்களையும் கடிப்பதும் கொறிப்பதுமாக இருந்தன. பார்க்கில் தனித்திருக்கும் ஒரு பொம்மையைப்போல் தன்னை நினைத்தாள். அவனைப் பார்த்தால் எப்படியெல்லாம் பேசவேண்டும் என கற்பனை செய்துகொண்டாள். அவனோடு எதற்குப் பேசவேண்டும் எனவும் சமதானம் செய்தாள்.

அவனைப் பார்த்து ‘நீயெல்லாம் ஒரு மனுஷனா?’ எனக் கேட்டுவிடலாமா... வேண்டாம். அவன் முகத்தையே பார்க்கக்கூடாது. வேலையைவிட்டு நின்று எட்டு மாதமாகிறது, அவனைப் பார்த்தும்தான். அவனுக்குக் கல்யாணம் ஆகியிருக்குமோ... என்ன நினைப்பு இது? அவனுக்கு ஆனால் என்ன ஆவாட்டி என்ன, நாம வந்த வேலை ரூபா வாங்க... அத மட்டும் பாப்போம். தேவையில்லாத வேலை நமக்கெதுக்கு என நினைத்துக்கொண்டே மணியைப் பார்த்தாள் இப்போது போனால் சரியாக இருக்கும் என நினைத்தபடி கடைக்கு நடந்தாள்.

கடையை அருகில் பார்த்ததும் பாதை தவறிய குழந்தைபோல் விழித்தாள். கதவைத் தள்ளி உள்ளே சென்றாள். அவளைப்பார்த்த வரவேற்பறை பெண் சிரித்த முகத்துடன் கைகளைப் பற்றினாள்.

“எப்டி இருக்க...”

“ம்...இருக்கேன்.அவன் எங்கே...”

“அவன் வரல...”

கொஞ்சம் நிம்மதியடைந்தவளாக சேரில் உட்கார்ந்தாள். வரவேற்பறைப் பெண் கேஷியருக்கு போன் செய்து விபரம் சொல்லி அழைத்தாள். சிறிதுநேரத்தில் அவர் வந்தார்.

“வாம்மா... நல்லாயிருக்கியா...”

“இருக்கேன் சார்...”

“ஒரு போனாவது பண்ணி விபரம் நீ கேட்கல. இரண்டு வாரம் ஆள் வேலைக்கு வரவில்லை என்றால் வேறுஆள் எடுப்போம். உனக்கு வரவேண்டிய பணத்தை வேலையைவிட்டுப்

போகும்போதே எழுதிக் கொடுக்க வேண்டாமா... நீ இப்போது எழுதிக் கொடுத்துவிட்டுப் போ, மூன்று மாதம் கழித்துதான் ரூபா கிடைக்கும்."

கைகளைப் பிசைந்து யோசித்தவளாக, "சார், வீட்டுக்கு அட்வான்ஸ் குடுக்கணும்" என்றாள். "என்னம்மா பண்றது, ரூல்ஸ் அப்படி. இந்தாம்மா இந்தப் படிவத்தை நிரப்பிக்கொடு உன்னோட அக்கவுண்டுக்கு போட்டுவிட்டிருவோம்." எழுதிக் கொடுத்துவிட்டு என்ன சொல்வதென்றே தெரியாமல் எழுந்தாள்.

வரவேற்பறை பெண் தன்னிடம் பொய் சொல்கிறாளோ என நினைத்து அங்குமிங்கும் நோட்டம்விட்டதை அறிந்த கேஷியர், "அவனையாம்மா தேடுற... அவன் வேலையைவிட்டு நின்று ஐந்து மாதமாகிறது" என்றார்.

வெற்றிடத்தை காற்று நிரப்புவதுபோல் உடலெங்கும் வெறுமையை உணர்ந்தாள். அவனைப் பார்க்க வேண்டும்போல் இருந்தது. மீண்டும் அதே பார்க்கில் போய் உட்கார்ந்தாள். அங்கு கூட்டம் பரவாயில்லாமல் இருந்தது. யாரும் அவள் கண்ணுக்குத் தெரியவில்லை. காலியான இருக்கையில் சிந்தனையற்ற பாவனையில் இருந்தாள்.

காலில் ஏதோ ஊர்ந்துசெல்லும் உணர்வு. கால்களைத் தட்டிவிட்டு குனிந்து பார்க்கும்போது அங்கு நிறைய ரயில்பூச்சிகள் ஊர்ந்து சென்றன. அவள் தட்டியதில் பாதி உடல் நசுங்கிய பூச்சி, மீதி உடலை இழுத்துக்கொண்டு சென்றது. தொடுஉணர்வில் ரயில்பூச்சி தன்னை சுருட்டிக் கொள்வதுபோல் அவன் நினைவுகளால் தன்னைச் சுருட்டிக்கொண்டாள். சில பூச்சிகள் ஒன்றுடன் ஒன்று பிணைத்துக்கொண்டே மெல்ல நகர்ந்தன.

- ஆனந்த விகடன், அக்டோபர் 2021

ை ூ

# வெற்றுடல் குளம்

கானல் நீராய் ஓடிய தார்ச்சாலையில், நிழலைத் தேடிய அவளின் பாதம் குதிரையின் நடையைப் போலவே. தூரத்திலிருந்து அவளாக இருக்குமோவென பின்தொடர்ந்தேன். பருவம், இடம் மாறி வயக்காடு வெடித்து நீரின்றி வானத்தைப் பார்த்தவாறு அவளது குதிகால்களில் வெடிப்பு. நடையின் இடையிடையே குதிகால் வெடிப்பில் சிக்கும் சேலையின் விளிம்பைத் தூக்கிக்கொண்டாள். பாதங்களிலிருந்து கொலுசின் ஓசையை மட்டும் கழற்றியெறிய முடியவில்லை. கூப்பிட நினைத்தபோது சாலையை மறுகடந்தாள். பெயர் ஞாபகத்திற்கு வரும் முன்பே அவள் கொலுசு, வருடங்கள் பல கழிந்தும் கண்முன்னே நடந்து திரிகின்றது.

பள்ளிக்கூடத்தில் முன்வரிசையில் அமர்ந்திருப்பாள். சுமாராக படிக்கவும் செய்வாள். ஆசிரியர்கள் எடுத்துக்காட்டாகச் சொல்வார்கள், இவளைப்போன்று பள்ளிககூடத்திற்குச் சுத்தமாக வரவேண்டும் என்று. எனக்குக் கடைசி பெஞ்சில் இருப்பது பிடிக்கும். ஆசிரியர்களின் கேள்விகளுக்குத் தப்பித்துக்கொள்ளலாம். என் அருகிலிருக்கும் கோமதி சரியாக வாய் பேசமுடியாதவள். வயதைத் தாண்டிய வளர்ச்சியோடு வெளுத்த தேகமும்

வளமான உடல் பொலிவும் இளமையின் வசீகரம் மெல்ல எட்டிப்பார்க்கும் பருவம். அவளோடு பழகுவதாலோ என்னவோ, அதிகம் பேசாமல் செய்கைகளே எனக்கும் பாஷையாகியது. கண்களை அகலவிரித்து உதட்டைச் சுழித்து 'பெருசா இவதான் கொலுசு போட்டுருக்காளாம் பாரு...' என்பாள். அவள் கொலுசின் இடைவெளிகளில்லா முத்துக்கள் பெரும் ஓசையோடு காலின் அசைவிற்கு ஆடும். என் கவனமெல்லாம் அவள் கொலுசின் சத்தத்தோட....

அவள் கொலுசுக்குக் கால் முளைத்து என் கால்களில் தானாக வந்து மாட்டிக்கொண்ட கனவில். கால்களை வேகமாக ஆட்டும்போது கால்கள் விர்...விர்...ரென்று பிடித்து இழுப்பதுபோன்ற உணர்வு. பாட்டி சொல்லுவா, 'அது ஒண்ணுமில்ல மக்கா... பெருச்சல் பத்தியிருக்கும்.'

அறுவடைக் காலங்களில் பள்ளிக்கூடம் செல்லும் வழியெங்கும் சூடடித்த வைக்கோல்களை ஆங்காங்கே வெயிலில் காயப்போடுவார்கள். ஆட்கள் போறதுக்கு சிறிது இடைவெளிவிட்டு வழிநெடுக வைக்கோல்களைத் தூவி அவ்வப்போது கிளறிக் கொடுத்து பக்குவப்படுத்துவார்கள். வைக்கோலை மிதிப்பவர்களை மிரட்டுவதற்கென பெரிய குச்சி வைத்து ஆட்கள் காவலிருப்பார்கள். ஆளில்லாத நேரம் பார்த்து வைக்கோலில் நடக்கும்போது கொலுசுபோட்டு நடப்பதாக நினைப்பு. வைக்கோல்கள் மிதிபடும் சத்தம் எனக்கு கொலுசின் ஓசைபோன்றே கேட்கும். காயவைத்த வைக்கோல்கள் முடிவுறும் நேரம் திரும்பி ஒருமுறை பார்த்து நின்றுபோன என் கொலுசின் சத்தத்தை காலில் போட்டுக்கொள்ள நினைக்கும்போது குச்சியை வைத்து மிரட்டுவார்கள். 'சரி... சாயங்காலம் வீடு திரும்பும்போது பாத்துக்கலாம்...' காலச் சொறிஞ்சிக்கிட்டே பள்ளிக்கூடத்தை வந்தடைவேன். காலையில் வைக்கோல்கள் நிறைந்திருந்த சாலை வெறிச்சோடிக் கிடக்கும். தெருக்களில் சேவல், பெட்டைக்கோழிகள், புறாக்களென அவை, உதிர்ந்து கிடக்கும் என் கால்கொலுசின் முத்துக்களை கொத்தி விழுங்கிக் கொண்டிருக்கும்.

கூட்டிய வைக்கோல்களை ஓரிடத்தில் சேர்த்து இருபதடி உயரம் வைக்கப்போராகி வளர்ந்திருக்கும். வைக்கோல்களின் வாசனையோடு சிறிதான மழைத்தூரல் வாசனையும் கருமேகம்

சூழ்ந்த வானும் சேர்ந்து புதுப்பொலிவை உண்டுபண்ணும். இப்போதும் அந்த வாசனை அந்நினைவுகளைச் சுமந்து வரும்.

கொலுசு போடும் ஆசையை பாட்டியிடம் சொல்லும் போது, 'கொலுசு பேய்க்கு ரொம்பப் பிடிக்கும்... அதப்போய் யாரு போடுவா... சும்மா கெட...' அவள் இயலாமையின் வார்த்தைகள் அதிகாரத்தோடே இருக்கும். பயமாயிருந்தாலும் கொலுசொலியின் ஓசை என்னோடு வளர்ந்து கொண்டேயிருந்தது. பாட்டி சொல்லித்தரும் புராணக்கதைகளில் வரும் கதாபாத்திரங்கள்போல் எனக்கும் அதிசயப்பிறவி இருக்காதா... சலங்கையோடு பிறந்ததாகச் சொல்லிக்கொள்ள.

கொலுசின் முத்துக்கள் விழாதாவென்று நானும் கோமதியும் பின்னாலே செல்வதைக் கண்டு அவள் அலட்டிக்கொள்வாள். கொலுசின் ஓசையை எனதாக்கிக்கொள்ள பலவித யோசனை. இடைவேளை நேரங்களில் அவள்கூடவே நடப்பது. பாட்டியால் வாங்கித் தரமுடியாத பிடித்தமான அந்த ஓசையை நான்தான் தேடவேண்டும். எங்கே போய்த் தேடுவது. ஞாபகத்திற்கு சப்பாத்துக்குளம் வந்தது. சிறுவர்கள் குளத்தில் மூழ்கி மண்ணெடுக்கும்போது நாணயங்கள் கிடைக்கும். மத்தியான நேரம் யாரும் வரமாட்டார்கள். அந்நேரம் குளிக்கச் செல்வேன். சலனமில்லாத குளத்துநீரை காற்று குட்டிக்குட்டி அலைகளாய் கரைசேர்க்கும். முதல் அலைகள் கரையை வந்தடையும் முன்னே கரைந்து போய்விடும். ஒதுங்கி நிற்கும் வாத்துக்கூட்டம் பக்... பக்... என கனத்த சத்தத்தை எழுப்பி, குளத்தின் அமைதியை குலைத்துக் கொண்டன. எனக்குள்ளான அமைதியையும்கூட. துப்பிவிழும் எச்சிலை கொத்தித் தின்ன கூட்டமாய் கும்மாளமிடும் கைலி மீன்கள். அல்லி, தாமரை, நீர்ப் பாசிகளையும் பார்த்திராத வெற்றுடல்குளம். மன்றங்கள் சார்பில் நீச்சல் போட்டிகள் வைப்பது சப்பாத்துக்குளத்தில். ஒரு கரையில் சாடி எந்தப் பக்கம் வேண்டுமானாலும் நீச்சலடிக்கலாம். இரண்டொருமுறை சாடி நீச்சலடித்து மூழ்கி மூச்சை சரிசெய்து. நீரின் அடியில் மூழ்கியிருப்பேன். அப்போது காலில் சோப்பு வழுக்குகிறதா, இல்லை பாம்பு வழுக்குகிறதாவென சந்தேகம். நீருக்கு அடியில் கன்னிப்பெண்கள் கொலுசுகளை அணிந்து அங்குமிங்கும் நடப்பது போன்ற சல்...சல்... ஓசை. அது இயற்கையின் வசீகர விளையாட்டு. காது பல கண்களுக்குச் சமமானது. மூழ்கியிருக்கும் வேளை நீர் சொல்லிக் கொடுத்தது.

மூழ்கி மண்ணெடுக்கும் வேளை ஒற்றைக்கால் கொலுசு கிடைத்தது. இதில் ஒரேயொரு முத்துமட்டுமே இருந்தது. அமைதியாக இருந்த ஒற்றை முத்து எனக்கு எரிச்சலூட்டியது. மீண்டும் ஒரு காலின் கொலுசும் கிடைத்துவிடும் என்ற முயற்சியில் பல மாதங்கள் குளத்தில் மூழ்கியும் கிடைக்கவில்லை. சத்தமில்லா ஒற்றைக் கொலுசை என்ன செய்வது. பாட்டியிடம் கொடுத்தேன். அவளோ, அதை பத்திரமாக வாங்கி திருப்பியும் ஒண்ணு கிடைக்கட்டும் என்று சொல்லி தட்டானிடம் கொண்டு விலைக்குக் கொடுத்துவிட்டாள். கொலுசொலி வேர்பிடித்து உறுதியான மரமாகிக் கொண்டிருந்தது எனக்குள்.

பக்கத்து ஊரில் கொடைவிழா. சிறு அருவியாய் குதித்துப் பரந்து ஓடிக்கொண்டிருந்த ஆற்றையொட்டிய கோவில். பெரிய பாறைகளைத் தகர்த்தெறிந்த பள்ளம் ஓடையாக கோவிலின் அருகே. அகாலமான பயத்தை உண்டுபண்ணும். வெள்ளி, செவ்வாய்க்கிழமைகளில் உச்ச நேரத்தில் யாரும் அந்தப்பக்கம் போகமாட்டார்கள். கொடைவிழாவில் கணியாட்டம் விசேஷம். அரவாணிகள் காலில் சலங்கை கட்டி சுற்றிச்சுற்றி ஆடிவரும் ஆட்டத்தை வேடிக்கை பார்ப்பேன். மாடனின் கதை சொல்லும் பாடலைவிடவும் கணியாட்டத்தில் சலங்கை சொல்லும் கதை எனக்கான ஓசையில்லை என்றாலும், கால் கொலுசின் மெல்லிய சத்தத்தின் மென்மை இதில் இல்லை. கொடைவிழா முடிந்து வெளியில் போடப்படும் பூமாலைகளிலுள்ள வாடாமல்லி, செவ்வந்தி விதைகள் ஈரமண்ணில் முளைவந்து செடிகளாகி ஆற்றோரங்களெங்கும் பூத்துக் குலுங்கும், ஆற்றில் குளிக்கப் போகும்போது கணியாட்டம் நடந்த மணலில் கால்களை வைத்து துளாவியபடியே செல்வேன். அதில் சலங்கையின் ஒரு முத்து கிடைத்தது. சலங்கையின் ஒற்றைமுத்து பெருத்த சத்தத்தைப் போட்டபோது கணியனின் ஆட்டம் கண்முன்னே வந்துபோனது.

ஒரு சிறிய நூலில் கட்டி நடக்கும்போது ஆட்டுக்குட்டி, நாய்க்குட்டிக்கு கட்டிவிட்டால் குதிக்கும்போது அழகான சத்தம் வரும் அந்நிலை. கோமதியிடம் காட்டினேன். முத்து எப்படிக் கிடைத்தது என்றாள். மீசையை முறுக்கி நாக்கை வெளியே தள்ளி கண்ணை முறைத்தவுடன் அவளோ பயத்தில் நடுங்கி, 'முதல்ல நீ அத எடுத்த இடத்தில போட்டிரு... நீ போடல்லன்னா... கனவுல வந்து தொந்தரவு பண்ணிக் கேக்கும்' என்றாள். என் பாட்டியிடம் சொன்னேன்.

“அது பொல்லாத எடமாச்சே...”

“என்ன செய்ய... நீ கால்ல கிலுக்கிட்டு நடக்கியதுக்கு...”

“அண்ணணாடு... பாடு கழியதுக்கே... ஒனக்க சித்தி காரணம். அவ சாப்பாட்டுக்கும் ஒனக்க படிப்புக்கும் தருவா... இதெல்லாமா அவகிட்ட கேக்க... அவா தாறதே அவ வீட்டுக்காரனுக்கு தெரியாது. அவன எப்படித்தான் சம்மாளிக்கியாளோ... சித்தப்பங்காரன் அவள கேள்வி கேக்கியதுல கெட்டிக்காரன்... நீ எடுத்ததக் கொண்டுபோய் தூர நின்னாவது போட்டுக்கிட்டு வந்துரு...”

பாட்டி சொன்னதுபோல, போட்டுக்கிட்டு திரும்பிப் பாக்காம ஓடிவந்துட்டேன். இரண்டு நாள் கழிச்சி வந்த காய்ச்சலுக்கு அந்த முத்த எடுத்துட்டு வந்ததுதான் காரணம்னு சொல்லி பலமுறை மன்னிப்புக் கேட்டாள் பாட்டி. அந்தநேரம் சித்தி பாக்க வந்தா. காய்ச்சலுக்கான காரணம் சொன்னாள் பாட்டி.

“சரி... அவள கூட அனுப்புமா... ரெண்டு நாள்ல சீட்டு ஒண்ணு முடியுது. அத வாங்கி அவளுக்கு கொலுசு வாங்கிக் கொடுக்கிறேன்...”

சித்தியை எப்படிச் சொல்லன்னு தெரியாம, அவளின் மடிமீது உட்கார்ந்து கட்டிப்பிடித்து தலையை தோள்மீது சாய்த்துக்கொண்டேன். என் அணைப்பில் அவள் தாய்மையின் அன்பைக் காட்டினாள். சித்தியின் வீட்டுக்கு ஒரு மைல் தூரம் போகவேண்டும். நடந்து குறுக்குவழியாக அடிக்கடி நான் போய்வருவதுண்டு. நேரம் கருக்கலாயிட்டதுனால சித்தி என்னை ரோட்டுவழியாக கூட்டிச் சென்றாள். நெடுந்தூரம் பயணித்த பறவையின் இளைப்பாறுதல். மெல்ல கொலுசின் பளபளப்பாக கால்கள் மாறிக்கொண்டன. ரோட்டின் ஓரமாக சித்தியின் கைகளைப் பிடித்து நடக்கும்போது என்னைப்போலவே கைகளைப் பிடித்து நடப்பவர்களும் எதுவோ ஒன்றைப் பிடித்திருக்கும் கைகளில் தேடுவதாக. எனக்குமுன்னே கொலுசு அணிந்த பாதங்கள் நடனமாடியபடி செல்கின்றன. ரோட்டோர ஒன்றிரெண்டு கொலுசுக் கடைகளை ஆவலோடு பார்ப்பதைக் கவனித்த சித்தி,

“இங்கெல்லாம் எடுக்க வேண்டாம்... நமக்கு டவுன்ல போய் பெரிய கடை பார்த்து வாங்கலாம்...” என்றாள்.

டவுனுக்குப் புறப்படத் தயாரானது மனசு. ரோட்டோரத் தெருவிளக்கில் மோதும் வண்டுகள் போடும் சத்தம்கூட கொலுசின் சிறு அசைவைக் காட்டுகின்றன. என் பாதங்களுக்கு வழி சொல்லியது கொலுசொலி.

கொலுசு வாங்கும் விஷயத்தை சித்தப்பாவிடம் சொல்லக் கூடாதுன்னு சொன்னாள். சித்தப்பா எப்போது வேண்டுமானாலும் திட்டலாம் என்கிற முகபாவனையோடு சுற்றி வருவார். பாட்டியிடம் இருக்கும் சந்தோஷம் அங்கு கிடைக்கவில்லை. நாங்கள் கொலுசு வாங்க கிளம்பிக் கொண்டிருந்தோம். அவருக்குத் தெரியாமல் சீட்டுக்காரரைப் பார்த்து வாங்கிக்கொள்ளலாம் என்று சொன்னாள் சித்தி.

டீக்கடையில் சித்தப்பாவைப் பார்த்த சீட்டுக்காரர், நேற்றோடு சீட்டு முடிந்த விஷயத்தைச் சொன்னார்.

டீக்கடையில் இருந்து வந்தவர் சித்தியிடம் சொன்னார்: "ஒரு நல்ல இடம் ஒண்ணு பாத்துவச்சிருக்கேன். பாத்துக்க... பத்து பதினைஞ்சி தென்னைமரம் நிக்குது. நாம அதுக்கு அட்வான்ஸ் குடுத்திடலாம்... இன்னும் நாலு நாள்ல அந்த ரெண்டு சீட்டும் முடிஞ்சிரும். எல்லாத்தையும் சேத்து எடத்த வாங்கிடலாம்."

சித்தியின் முகத்தில் எந்த அசைவுமில்லை. சித்தியின் கைகளைப் பிடித்து "வா போகலாம்" என்றேன்.

மறைவிடம் நோக்கிக் கூட்டிச் சென்று, "ஒன்ன இண்ணைக்கி வீட்டுல கொண்டுவிடுகிறேன்" என்றாள்.

முகத்தில் எங்கேனும் இப்போது வாங்கித்தரும் எண்ணம் இருக்காவென என்னை அறியாமலேயே அழுதபடியே அவளை நோக்கினேன். பலமுறை கேட்டால், எங்க சித்தப்பா தெரிந்து திட்டிவிடுவாரோ...

"ஒத்தைக்கே ஆத்தங்கரை வழியாப்போகிறேன்" என்றேன்.

"இல்ல...கொஞ்சம் பொறு. அம்மாகிட்ட வந்து நானே வெவரம் சொல்லியேன்..." என்றாள்.

சித்தி என்னோடு வருவதை நான் விரும்பவில்லை.

எனது ஓசை ஆழமான கிணற்றுக்குள் மூழ்கிக்கொண்டேயிருந்தது. கை, கால்கள் வியர்த்து சிறுநடுக்கத்துடன் இருக்க, ஏமாற்றத்தின்

உருவம் அழகாகச் சிரித்துக்கொண்டது. கொலுசின் முத்துக்கள் இரண்டாகப் பிளந்து மண்ணில் விழ, வழிப்போக்கனின் கால்களில் மிதிபட்டுப் புதையுண்டது. நிறங்களற்ற எண்ணங்கள் ஒரே இடத்தில் வெகுநேரம் தேங்கிப்போனது. கண் பார்க்கும் திசையெங்கும் எனைச்சுற்றிய சுவர்கள் நகரமுடியாத நெருக்கம். எதற்காக வந்தோம் என்பதையே மறந்து, ஆற்றங்கரையோரமாக நடக்கத் துவங்கினேன்.

- அம்ருதா, டிசம்பர் 2021